ऊसतोडणी मजुराचे जीवन अतिशय कष्टाचे आहे. राहण्याची अत्यंत गैरसोय, उजेड, पाणी याची सोय नाही. कुठलेच संरक्षण नाही. ऊन, अवकाळी पाऊस, बोचरी थंडी या सर्वांना तोंड देत पोटाची खळगी भरण्यासाठी मजूर राबत असतात. त्याच्यासाठी पुरोगामी म्हणवणाऱ्या शासनाने, सहकारी व खासगी साखर कारखान्यांनी वेळीच क्रांतिकारक बदल केले पाहिजेत.

लोकमत (पुणे आवृत्ती), २४ एप्रिल २०११

आपल्या
स्नेहीजनांना
पुस्तके
भेट द्या

सुवंता

ऊसतोडणी कामगारांच्या जीवनाचं वास्तव दर्शन

बा. ग. केसकर

मेहता पब्लिशिंग हाऊस

Email : production@mehtapublishinghouse.com
Website : www.mehtapublishinghouse.com

SURVANTA by B. G. KESKAR

© बा. ग. केसकर

author@mehtapublishinghouse.com

सुर्वंता / कादंबरी

प्रकाशक : सुनील अनिल मेहता, मेहता पब्लिशिंग हाऊस,
१९४१, सदाशिव पेठ, माडीवाले कॉलनी, पुणे - ४११०३०

मुखपृष्ठ : सरदार जाधव

प्रथमावृत्ती : १९८४ / पुनर्मुद्रण : फेब्रुवारी, २०१९

P Book ISBN 9789353172053
E Book ISBN 9789353172060
E Books available on : play.google.com/store/books
https://www.amazon.in/b?node=15513892031

महाराष्ट्रातल्या
तमाम सहकारमहर्षी
आणि
लढाऊ साखर कामगार
फुडाऱ्यांना...

‘सुर्वंता’ची जन्मकथा

पुण्याहून वालचंदनगरला जाताना निरेमार्गे गेलात तर तीन साखर कारखाने लागतात. सोमेश्वर, माळेगाव आणि सणसर! एकामागोमाग एक अशा पंचवीस-तीस बैलगाड्या ऊस वाहून आणून कारखान्याला पुरवठा करीत असतात. उसाच्या खच्चून भरलेल्या गाडीवर गाडीवान, त्याची बायको, एखादं लहान मूल असं दृश्य नेहमी दिसतं.

या ऊस वाहतूक करणाऱ्या ‘नगरी’ गाड्यांविषयी मला नेहमी कुतूहल वाटे. मराठवाड्यातून आलेल्या या लोकांना इकडे ‘नगरी भौ’ म्हणतात. यांच्या ऊसतोडणीच्या अचाट कष्टाविषयी ऐकले होते. पाहतही होतो. यावरून एक लघुकथा मनात आकार घेत होती की, या गाडीवानाच्या गाडीवरून त्याचे तान्हे मूल गाडीच्या हिसक्यामुळे खाली पडते, दगावते, त्याचे दुःख... अशा प्रकारची कल्पना बरेच दिवस मनात घोळत होती; पण आकार घेत नव्हती. तपशील धूसर होते.

योगायोगानं वालचंदनगर कारखान्याने रेल्वेवाहतूक बंद केली आणि आमच्याही कारखान्यावर ‘नगरी भाऊं’चा तळ पडला. कथेतील तपशील, त्यांचे जगणे आता अधिक जिवंतपणे आणि वास्तवतेने पाहता आले. त्यांचे मुकादम माझ्या ओळखीचे झाले. मी त्यांच्याशी चर्चा करू लागलो. त्यांच्या तळावर संध्याकाळी जाऊन बसू लागलो. एकीकडे माल वजन करून देता देता, आलेल्या नगरी भौंना मुकादम माझी ओळख करून देत असे व हे मोठे लेखक, यांच्या गोष्टी छापून येतात हो भौऽ आपल्यानबी कायतरी गोष्ट लिवनार म्हणतेत भौ– असे सांगत असे. बिड्या पित, तंबाखू मळत ती कष्टकरी माणसे बोलत, आपले अनुभव तुटकतुटक सांगत. त्यातूनच माझा नायक मल्हारी, बंड करून उठणारा; पण परिस्थितीनं गार येणारा -गोपा तयार झाला.

मी त्यांच्या जीवनात खोल डोकावत गेलो तेव्हा त्यांचे कष्ट, त्यांचे शोषण यांनी फार अस्वस्थ झालो आणि हा एका कथेचा विषय नसून, कादंबरीचा आहे हे ध्यानात आले. मुकादम नावाचा प्राणी या सर्व कष्टकऱ्यांचा कसा शोषक आहे आणि आपले ऊसतोडणीचे काम होतेय ना आणि हे घोंगडे आपल्या गळ्यात नको म्हणून साखर कारखाना चालवणारी मंडळी पण मुकादमाला कसा हातभार लावत असतात हेही ध्यानात आले.

या गाड्यांचा ठेका एखादा मुकादम घेतो. कारखाना त्याला लाख दोन लाख रुपये उचल देतो. ती रक्कम तो या गाडीवानांना बिगरहंगामात उचल म्हणून देऊन गाडी पक्की करतो, बैलांच्या खरेदी पावत्या आपल्या नावावर करून घेतो. कारखान्यावर आल्यानंतर ऊसतोडणीच्या बिलातून उचलीची रक्कम, दुकानाची बाकी सगळी वजावट करून, शिवाय गाडीमागे मुकादमाचे कमिशन कापून घेऊन मग त्याला थोडेफार पैसे मिळतात. या सर्व प्रकारात 'हरभरे खाऊन हात कोरडेच' असा प्रकार असतो. कारखान्यावर असताना पेंड, किराणा, कापड, औषध, किरकोळ उचल, शिलाई, हजामत सगळं काही मुकादमच पुरवत असल्याने तो भाव सांगेल ती किंमत. त्यामुळे उचलीची फेड होणे जवळपास अशक्यच असते. उचल नाही फिटली तर व्याज चालू होते. बैलांची निगराणी, बैल दगावणे, गाडीची मोडतोड, कुटुंबाचे आजारपण, गावाकडं जाऊन येणं अशा खर्चामुळे उचल फिटणे अशक्यच! त्यामुळे दरवर्षी नवीन उचलीची भर, व्याज, परतफेड अशा दुष्टचक्रात हे गाडीवान कायमचे अडकलेत.

हंगामी कामगाराला मिळणारा निर्वाह भत्ता या ऊसतोडणी कामगारांना मिळणे खरे सामाजिक न्यायाच्या दृष्टीने आवश्यक आहे. ऊसतोडणी बिल टनावर द्या, परंतु बिगर हंगाम भत्ता मिळणे त्यांचा हक्क आहे. त्यांच्या मुलांसाठी साखरशाळा काढणे, निवाऱ्यासाठी चांगल्या सोयी करणे. गाडीतळ आपण एकदा बघायला पाहिजे. पाचटाच्या झोपड्या, काळे रान, चुकून पाऊस झाला तर हाल कुत्रे खात नाही. कारखान्याने कायदेशीर पळवाटा काढून जबाबदारी झटकली आणि मुकादम, शेतकी अधिकारी, क्वचित चेअरमनपर्यंत ही साखळी कायम! त्यात या ऊसतोडणी स्त्री मजुरांचे अजून हाल. ऊस सवळणे, मोळ्य वाहणे, गाडीतळावर आल्यावर दळण, पाणी आणणे, स्वयंपाक करणे, जळणकाटक्यांची सोय करणे, गोवऱ्या लावणे. कामाचा धबडगा!

आता हे लिहिणे तसे म्हटले तर सोपे होते, म्हटले तर अवघड. कादंबरीच्या फॉर्ममध्ये लिहायचे म्हटले, तर ओघवते कथानक, नायक-नायिका, त्यांचे नातेवाईक, मुकादम, कारखान्यावरचे ----अशी पात्रे आली. मराठवाडा मी बघितला नव्हता. तो परिसर पाहायचा म्हणताना सीझन संपल्यावर त्या मुकादमांच्याच संगे त्यांच्या

गावी जाऊन राहून आलो. डोमरी, बेदरवाडी, नवगणराजूरी इ. गावांतले ग्रामीण जीवन जवळून पाहिले. तिकडचे खास ग्रामीण शब्द, रीतिरिवाज डायरीत टिपून घेतले.

आता डोक्यात कथा आकार घेत होती. लग्न झाल्यावर पहिल्यांदाच ऊसतोडणीला येणारी नायिका! तिचे स्वप्न - सुखी संसाराचे, पैसे मिळवण्याचे आणि पोराबाळांना नीट वाढवण्याचे - पण पहिलाच सीझन पार पडल्यावर मुकादमाचे शोषण तिच्या लक्षात येते. तिने नवऱ्यापाशी यातून बाहेर पडायचा हट्ट धरणे - कारखान्यावर बागायतदाराच्या मळ्यात वाटा करून स्थिरता आणण्याचा प्रयत्न करणे, यातून त्याच्या मुलाच्या वासनेची शिकार! अगोदरच मुकादमाने भ्रष्ट केलेले शरीर - वगैरे वगैरे - शोषणाचा इतका बारीक विचार करणारी स्त्री त्यांच्यात अजून निर्माण व्हायची आहे.

विशेष वेगळा फॉर्म मी या कादंबरीसाठी वापरला नाही किंवा प्रथमपुरुषी (प्रथम स्त्री!) निवेदनही केले नाही. तसे ठेवले असते तर ती पूर्ण 'नगरी' ढंगाच्या बोली भाषेत लिहावी लागली असती आणि एक मर्यादा पडली असती. वाचकांच्या रसास्वादात अडथळा आला असता. कारखान्यातील कारभाराचे वर्णन, शोषण यासाठी सरळ प्रमाण भाषेत निवेदन आणि संवाद त्या त्या बोली भाषेत, असे लेखन केले.

कथा असो की कादंबरी, माझे लेखन एकटाकी असते. लेखनाअगोदर बरेच दिवस डोक्यात, मनात घुसळण चालू असते. पूर्ण कथानक आकार घेईतो मी लिहायला घेत नाही. संगणकाला जसे रिपोर्ट काढायची आज्ञा दिल्यावर तो नोंदीतील नेमका भाग अगोदर जुळवून घेतो व एकदा जुळवणी पूर्ण झाली की प्रिंटरला छापायची आज्ञा देतो तसे काहीसे - त्यामुळे लेखन एकटाकी होते आणि ते इतके सहजसुंदर, नैसर्गिक होते की त्यात काही बदल करावा, प्रसंग परत परत लिहून काढावा असं वाटत नाही. उलट तशी कारागिरी करायला गेलो तर त्यातील प्राणतत्त्व हरवून जाईल की काय अशी भीती वाटते. कदाचित हा दोषही असेल; पण हा ज्याचा त्याचा लेखनकामासाठीचा विशेष म्हणावा!

कादंबरी पूर्ण झाली. एकंदर प्रकारामुळे मी ती लढाऊ साखर कामगार पुढाऱ्यांना आणि सहकार महर्षींना अर्पण केलीय. श्रावणाचे दिवस होते. एका सकाळी सकाळी मी व्यंकटेश माडगूळकरांकडे गेलो. त्यांनी माझ्या पहिल्या कथासंग्रहाचे प्रकाशन केले होते. त्यामुळे ओळख होती. नवीन काय म्हटल्यावर मी बाड काढले. विषय ऐकल्यानंतर तात्यांनी मान डोलावली. 'कुणाकडे देताय?' मी विद्या प्रकाशनाचे नाव सांगितले. ओळख नाही म्हणताना तात्यांनी लगेच आपल्या लेटरहेडवर मधुकाकांना ओळखीचे पत्र दिले. अर्थात ओळखीपुरतेच! मधुकाकांनी काहीशा अविश्वासाने पत्र

पाहिले. ''मी सकाळी तात्यांच्याकडे गेलो होतो. काही बोलले नाहीत. बरे, तुम्हाला आमच्या कादंबरी स्पर्धेत ही द्यायची आहे का?'' मी 'होय' म्हटले. त्यांनी पोच दिली. यथावकाश निर्णय जाहीर झाला. त्यात माझे नाव नव्हते. असो. मग मी स्त्री मासिकाच्या संपादक श्रीमती विद्या बाळ यांच्याकडे गेलो. त्यावेळी माझ्या बऱ्याच कथा स्त्री मासिकात प्रसिद्ध झाल्या होत्या. आपली कादंबरी क्रमशः प्रसिद्ध व्हावी ही इच्छा होती. दोन महिन्यांनी त्यांचे उत्तर - कादंबरी चांगली आहे; पण मासिकातून क्रमशः प्रसिद्ध करण्यासारखी नाही. मी पुण्याला जाऊन ते बाड परत घेतले आणि हंस प्रकाशनाच्या आनंद अंतरकरांकडे दिले. त्यांनीही माझ्या कथा छापल्या होत्या व त्यांनीही योग्य वेळ घेतल्यानंतर भेटीत सांगितले, की कादंबरी पुरेशी मनोविश्लेषणात्मक नाही. अजून असेच काही! आता ग्रामीण मन घटनेला सरळ सामोरे जाते आणि काथ्याकूट करत न बसता निर्णय घेते किंवा आहे हे वास्तव स्वीकारते. म्हणूनच अनेक हालअपेष्टा सोसत ते अजून आपली मायभू घट्ट धरून आहेत.

त्यावेळी ग्रंथाली चळवळ जोरात होती. अनिल बळेल काम पाहायचे. शिवाय प्रा. प्र. ना परांजपेही होतेच. मी अनिल बळेलना कादंबरी दिली. त्यांनी ती परांजपे यांना दिली. त्यांनी अनिल बळेल यांच्याकडून बाड परत नेण्याविषयी सांगितले. माझे ओझे कोणीच आपल्या खांद्यावर घेण्यास तयार नव्हते. मी निराश झालो. मनात म्हणालो, 'अरे बाबांनो, माझे नाव नका देऊ! पण या कष्टकऱ्यांची वेदना, शोषण हे तरी छापा.'

- नंतर पुढे सुप्रसिद्ध ग्रामीण कथाकार बाबा पाटील एकदा त्यांच्या मित्रांकडे वालचंदनगरला आले. माझीही त्या मित्रांमुळे बाबांशी ओळख झाली होती. ते त्यावेळी मेहता पब्लिशिंगचे काम पाहत होते; पण माझे धाडस झाले नाही की ही कादंबरी वाचा म्हणून सांगण्याचे! आमच्या मित्रांनीच बाबांना ही कादंबरी वाचायला म्हणून द्यायला लावली. बाबांनी ती वाचली आणि अनिल मेहतांना प्रकाशनासाठी स्वीकारा म्हटले. कादंबरी एकदाची प्रसिद्ध झाली.

मग मात्र वाचकांची पसंती पत्रे, समीक्षकांचे समीक्षण सुरू झाले. डॉ. मेधा सिधयेंनी 'माणूस'मध्ये चांगले परीक्षण लिहिले. म. वि. गोखले यांनी पुणे आकाशवाणीवर तर अविनाश सप्रेंनी सांगली केंद्रावर परीक्षण केले. शिवाय कोठे कोठे लिहून आले, त्याचा पत्ता नाही; पण मेळाव्यात लोक सांगत, कौतुक करत. श्री शं. ना. नवरे यांनी सविस्तर पत्र लिहून 'तुम्ही ही कोल्हापूरकडच्या एखाद्या निर्मात्याला द्या. उत्तम चित्रपट निघेल,' असा सल्ला दिला; पण आमच्या खास मराठमोळ्या स्वभावामुळे मी तसा प्रयत्न केला नाही.

आणि एके दिवशी कादंबरीला महाराष्ट्र साहित्य परिषदेचा 'ह. ना. आपटे पुरस्कार' मिळाल्याची तार आली. आनंद झाला. प्रा. स. शि. भावे आणि डॉ. द.

ता. भोसले परीक्षक होते. नंतर एक-दोन वर्षांनी रामदास फुटाणे यांचे पत्र आले, 'मी याच्यावर चित्रपट काढतो. परवानगी द्या.' त्यांना माझे चांदवडचे कविमित्र प्रा. सतीश पिंपळगावकरांनी कादंबरी देऊन भलावण केली होती.

तर या कादंबरीवर चित्रपट निघाला. माझ्या मनातील सुर्वंता ही नायिका प्रत्यक्षात पडद्यावर आली. ३२व्या महाराष्ट्र राज्य चित्रपट महोत्सवात चित्रपटाला उत्कृष्ट ग्रामीण चित्रपटाचे पारितोषिक मिळाले आणि समारंभानंतर 'ताजमहाल'मध्ये भोजन. जॅकी श्रॉफ, अमोल पालेकर, सांस्कृतिक मंत्री प्रमोद नवलकरांच्या बरोबर.

मी हातातल्या थाळीतला पदार्थ घेऊन गेटवेकडे पाहिले. उत्तररात्र झाली होती. समुद्र शांत होता. तिकडे भल्या पहाटे ऊसतोडणीसाठी जाणारी 'सुर्वंता' उठली असेल. शिळ्या भाकरीचं गठूळं, कमरेला विळा. तिच्या वेदनेच्या भांडवलावर आम्ही मुंबईच्या ताजमहालमध्ये जेवत होतो आणि ती अजूनही पळत पळत नाहीतर भरल्या उसाच्या गाडीवर शिळ्या भाकरीचे तुकडे मोडत असेल. सीझन संपल्यावर उन्हाळ्यात परत गावाकडे जाताना रणरणत्या उन्हात तिच्या पायात पायताणसुद्धा नसेल!

कादंबरी प्रसिद्ध झाली, चित्रपट निघाला, तत्कालीन उपमुख्यमंत्री गोपीनाथ मुंडे (ते मराठवाड्यातले होते) यांच्या हस्ते चित्रपटाचे प्रदर्शन झाले; पण कोणीही यातल्या मूळ समस्येकडे बारकाईने बघितले नाही. त्यानंतर थोड्याच दिवसांत त्यांनी एका मुकादमाला हाताशी धरून, तर काँग्रेसच्या बबनराव ढाकणे यांनी दुसऱ्या मुकादमाला जवळ घेऊन संप केला, फोडला. साहित्याने जगात काही बदल होतो यावरचा माझा विश्वास उडालाय. नाहीतर गाजलेल्या 'एकच प्याला' नाटकामुळे दारूबंदी झाली असती. आता सुधाकराला सिंधूही दारू पिऊन कंपनी देते आणि 'एकच प्याला' नाटकाचे कौतुक करते. 'जग बदलू या म्हणणारे जातात. जग आपल्या पद्धतीने बदलत असते' असे कोणीतरी म्हटले आहे, तेच खरे.

असो. एक अस्वस्थ करणारा विदारक अनुभव मराठी वाचकांपर्यंत, प्रेक्षकांपर्यंत पोहोचवता आला, बाबा पाटील आणि मेहता पब्लिशिंग हाऊसमुळे, एवढे समाधान निश्चित आहे.

– बा. ग. केसकर

पुस्तकाविषयी

ऊसतोडणी कामगारांवरची मराठीतील ही पहिलीवहिली कादंबरी!

त्यानंतर मराठवाड्यातल्या अनेक तरुण प्रतिभावंतांनी प्रत्ययकारी लेखन या विषयावर केले. 'कुणाच्या खांद्यावर' या शीर्षकाने ही कादंबरी जुन्या पिढीतील सुप्रसिद्ध ग्रामीण कथालेखक कै. श्री. बाबा पाटील यांच्यामुळे मेहता पब्लिशिंग हाऊसने प्रकाशित केली. तिला म.सा.प., पुणेचा ह.ना. आपटे पुरस्कार प्राप्त झाला. प्रसिद्ध निर्माते, दिग्दर्शक श्री. रामदास फुटाणे यांनी या कादंबरीवर 'सुर्वंता' चित्रपट बनवला. त्याला महाराष्ट्र शासनाचे उत्कृष्ट ग्रामीण चित्रपटाचे पारितोषिक मिळाले.

अलीकडे बरेच दिवस कादंबरी मागणी असूनही मिळत नव्हती. योगायोग असा की, दुसरे पाटील की जे विश्वविख्यात कादंबरीकार आहेत, त्या श्री. विश्वास पाटील यांनी दुसरी आवृत्ती काढण्याबाबत श्री. सुनील मेहता यांना सूचना केली आणि त्यांनी ती मान्य केली. त्यानुसार ही 'सुर्वंता' या नायिकेच्या नावाने दुसरी आवृत्ती प्रसिद्ध होत आहे, याचा मला अतिशय आनंद होत आहे. मी, श्री. विश्वास पाटील आणि मेहता पब्लिशिंगचे श्री. सुनील मेहता यांचा अतिशय आभारी आहे.

अजूनही हा विषय ताजा आहे. ऊसतोडणी कामगारांचे नष्टचर्य, हाल संपलेले नाहीत. उलट त्यातला गुंता अजून वाढलाय. मी कार्यकर्ता प्रथम व नंतर लेखक असल्याने या विषयावर अनेक लेख लिहून कायमस्वरूपी तोडग्याच्या दिशेने प्रयत्न केले. अनेक सहकारी साखर कारखान्यांच्या चेअरमनना पत्रे लिहिली, साखर आयुक्तांना भेटलो; पण रामा शिवा गोविंदा!

असो!

–बा.ग. केसकर

हिरव्या ऊसफडातील जळती वेदना 'सुर्वंता'

एखाद्या कलाकृतीचा जन्म ही फक्त आणखी एक नवनिर्मिती राहत नाही, तर ती एक विलक्षण घटनासुद्धा बनू शकते. कसदार लेखणीचे धनी असलेल्या बा.ग. केसकर या लेखकाने 'सुर्वंता' (पहिल्या आवृत्तीचे नाव 'कुणाच्या खांद्यावर...') ही कादंबरी लिहिली. ती १९८४ साली पहिल्यांदा प्रकाशित झाली. त्यानंतरही चौतीस उन्हाळे-पावसाळे आले, गेलेसुद्धा. गेली पन्नास वर्षं ऊसतोडणी कामगारांचं जीवन जगणाऱ्या, हजारो कष्टकरी स्त्री-पुरुषांच्या सच्च्या काबाडकष्टांना दाद देणारी ही मराठीतील पहिली वाङ्मयीन साद होती. एकीकडे भारतीय ज्ञानपीठाने देशातील सर्वोत्कृष्ट कथाकारांच्या संग्रहात केसकरांच्या कथांचा सन्मानाने समावेश केला; मात्र गटातटांच्या सवत्यासुभ्यामध्ये वाटल्या गेलेल्या मराठी समीक्षेने मात्र या गुणी लेखकाची म्हणावी अशी दखल घेतलेली नाही.

अशोक व्हटकर यांच्या 'बहात्तर मैल' प्रमाणेच केसकरांची 'सुर्वंता' तशी माझ्या उशिराच वाचनात आली. या दोन्ही कलाकृती म्हणजे पिवळीधमक अस्सल सुवर्ण नाणी आहेत. १९६०नंतर महाराष्ट्रात सहकारी साखर कारखानदारी वाढली. त्या अजस्र यंत्रांच्या घशात घालण्यासाठी रोज हजारो ट्रक उसाची गरज होती. हा उंच सहा-सात फूट, ओलाकंच आणि जाड बांबूसारखा ऊस तोडणे हे खूपच कष्टाचे आणि जिकीरीचे काम. चारआठ दिवसांचे कष्ट कसेही सोसता येतील; पण आठ आठ महिने थंडीवाऱ्यात आणि जळत्या उन्हाखाली हे काम करणे तसे सोपे नव्हते. आरंभी पश्चिम महाराष्ट्रातील तरुणांनी ऊसतोडीच्या टोळ्या बांधल्या; परंतु एक-दोन वर्षांच्या कष्टाने तरणी पोरे म्हाताऱ्यासारखी दिसू लागली. यंत्रांच्या आणि समृद्धीच्या गरजेतून मग मराठवाड्यातल्या, दुष्काळी पट्ट्यातल्या कष्टकरी शेतकरी कामगारांना आणावे लागले. पावसाच्या चारदोन हलक्या सरींवर बाजरीसारखी पिके

घेणारे तिकडचे हे शेतकरी. त्यांनासुद्धा ऊसतोडणीचे हे नवे काम म्हणजे जगण्याचे चांगले साधन बनले.

पुढे बीड, जालना, पाटोदा या भागातून हजारो कामगार साखर पट्ट्याकडे ओढले गेले. त्यांचे आठ आठ महिन्यांचे हे डोंगरासारखे कष्ट. दवामध्ये भिजलेली, अंगामध्ये गारठा भरवणारी ऊसमळ्यातली पहाट. या पहाटेतच खऱ्याअर्थी त्यांचा दिवस उगवू लागला. लमाणांच्या तांड्यासारखे बैलगाडीतले जीवन, कामगार स्त्री-पुरुषांसोबत अहोरात्र कष्ट करणारे बैल. गिरणी कामगारांसारखेच येथे शोषणाचे नवे चक्र तयार झाले. त्यामध्ये पिढ्याच्या पिढ्या भरडू लागल्या. या कामगारांचा विशिष्ट नगरी बोलीचा हेल, त्यांचे रानाउन्हातले कष्टप्रद जीवन, यामुळे इकडच्या मंडळींनी 'गबाळे' अशा शब्दांत त्यांना हिणवलेही. विशेषत: गावाबाहेर उसाच्याच पाचटाने बनवलेल्या त्यांच्या कोपी, त्या पाल्यापाचोळ्यातील आठ महिन्यांचे त्यांचे अर्धवट झोपेचे जीवन, विशेषत: दगडाच्या चुलीवर भाकरीसोबत करपणारे आणि दिवसा कोयत्याच्या संगतीने उसाशी लढताना जखमी होणारे स्त्रीवर्गाचे हात — हे सारे शब्दबद्ध व्हायला हवे होते.

चौतीस वर्षांपूर्वीच केसकर यांनी आपल्या तारुण्यात 'कुणाच्या खांद्यावर...' (दुसऱ्या आवृत्तीचे नाव 'सुर्वंता') नावाच्या कादंबरीचे हे अस्सल पीक घेतले आहे. मुळात केसकर हे ऊस पिकवणारे नीरा नदीकाठचे एक छोटे शेतकरी. त्यांना पहिल्यापासून वाङ्मयाची ओढ आणि गोडी; परंतु पोटासाठी वालचंदनगरच्या साखर कारखान्यावर त्यांना कॅशियर म्हणून राबावे लागले. ते पैशाच्या हिशोबाचे मोठे जोखमीचे काम. रोज सकाळी आठपासून रात्री आठपर्यंत नोटा, दुसऱ्याच्या मोजायच्या. त्यात तूट आली तर मात्र स्वत: भरायचा प्रसंग. त्याचवेळी अनेक व्यक्तिरेखा, कल्पना, भेटलेली मुलखावेगळी माणसे व घटना, खुळखुळते सुगंधी शब्द हे सारे रसायन डोक्यात घेऊन जगणारा हा कलावंत; पण पोटासाठी लक्ष्मीचे अंगण नित्य झाडताना मनातले सरस्वतीचे कवाड मात्र त्यांना जुलमाने बंद करावे लागले होते.

आपल्या हिशोबनिसाच्या जोखमीच्या जीवनातूनही केसकरांनी वेळ काढला. रात्री, बेरात्री जागून अनेक उत्तम लघुकथा लिहिल्या. दीर्घ कथा आणि कादंबरीच्या बांधावरचे मधले सुगंधी शेत म्हणजे त्यांची 'सुर्वंता' ही कांदबरी. ती अवघी १२८ पृष्ठांची; परंतु कष्टकरी, ऊसतोडणी कामगारांचे बीड, पाटोद्यापासून ते कृष्णा-कोयनेच्या काठापर्यंत वाटेवर सांडलेले आणि इकडे आठ आठ महिने पाण्यामध्ये पीक कुजावे तसे रक्त-घामात कुजून उद्ध्वस्त होणारे जीवन त्यांनी मोठ्या आस्थेने आणि आपल्या कसदार प्रतिभेच्या सामर्थ्याने नेमके टिपले आहे. त्यांच्या लेखना-बद्दल प्राचार्य हातकणंगलेकर, अविनाश सप्रे अशा मोजक्या मंडळींनी थोडेबहुत

लिहिले. महाराष्ट्र साहित्य परिषदेचा सर्वोत्कृष्ट कादंबरीचा पुरस्कारही त्यांच्या 'कुणाच्या खांद्यावर...' ('सुर्वंता')ला प्राप्त झाला. तरीही 'कुणाच्या खांद्यावर...' ('सुर्वंता')ची खरी नोंद अधोरेखित झालेली नाही.

'सुर्वंता' वाचताना नेमके आणि नेटके आयुष्य अल्प शब्दांमध्ये कसे रेखाटावे हा वस्तुपाठच या कादंबरीकाराने जणू घालून दिला आहे. दर्शनी सुर्वंता, तिचा नवरा मल्हारी आणि तेजरामसारखी काही मोजेकीच पात्रे वावरताना दिसतात; परंतु त्यांच्या पाठीमागे एका विलक्षण समूहचित्राचा एक सखोल आणि गूढ खळाळ आहे. 'द पिक्चर ऑफ डोरियन ग्रे' किंवा आपल्याकडील चारुता सागरांचा 'मामाचा वाडा' वाचताना लेखक जसे जीवनाच्या विशाल सागरात बुड्या मारून नेमके आणि अलौकिक असे काही धन घेऊन बाहेर येतात तशीच अनुभूती येथे पाहायला मिळते. ही अस्सल माणसांची जिव्हाळ्याची, धगधगती आणि अस्वस्थ करणारी गाथा आहे. अण्णा भाऊंच्या 'फकिरा,' रा.रं. बोराडेंची 'पाचोळा', मनोहर तल्हारांच्या 'माणूस' तसेच शेळक्यांच्या 'धग'मध्ये जी धग जाणवते त्याच जातकुळीची 'सुर्वंता' आहे. एका कष्टकरी, मजूर स्त्रीचे ते मुलखावेगळे जीवन आहे.

जगण्यासाठी किंवा जगण्यातल्या तुटपुंज्या आनंदासाठी मनुष्याने चोरावे तरी काय? वाटेतल्या बांधाशेजारचा कोवळा हरभरा आणि मातीआडची तांबूस गाजरे? दारिद्र्याच्या गाठी मारत जगण्याची लढाई झुंजणारी सुर्वंता. आपला नवरा, घरसंसार आणि अंगावर नवीन धडुते घालून शाळेला जाणाऱ्या आपल्या पोरांचे इवलेसे स्वप्न बाळगणारी ती कष्टकरी माउली. 'आपण काष्ट्याला घट्ट असल्यावर आपल्या अंगाला बोट लावायला कोणाची माय व्यायली आहे?' हा तिचा बाणा. बैलगाडीच्या तट्ट्याला अंतराळी घट्ट बांधून ठेवलेल्या अर्धा किलो भाकरीच्या पिठासारखी तिची स्वप्ने ! निर्मळ मनाचा मल्हारी तिला मुकादमाकडे पेंड आणायला पाठवतो. मुकादमाकडून शरीरभ्रष्ट झाल्यामुळे त्या चितबावऱ्या सुर्वंताला कोणा धनिकाचा निळा बंगला भुरळ पाडतो अन् तिच्या घामाने भिजलेल्या गोधडीचे टाकेच उसवले जातात.

नगरी ऊसतोड कामगारांचे तांडे, त्या झाडाखालच्या कोपी, पाण्यातल्या नावे-सारख्या उसाने भरलेल्या बैलगाड्या, त्या उसाच्या उंच ढिगावरच चालत्या गाडीत उरकला जाणारा आंबटचिंबट श्रृंगार. दिवसभराच्या कष्टाने थकलेल्या शरीराची भूल पडण्यासाठी रोज रात्रीचा गावठी दारूचा आसरा. अन् त्या कडक दारूच्या बाटलीतच जळणारी पुरुषांची पिढी. थंडी पळवण्यासाठी जाळलेल्या फडातल्या पाचटासारखे जळून जाणारे गरीब स्त्रियांचे अवघे विश्व. 'सुर्वंता' मुळातूनच वाचल्याशिवाय तिची गोडी समजणार नाही. पहाटे पहाटे झाडावरून काढलेल्या ताज्या पोळ्यातील गरम मधासारखी तिची गोडी काही औरच आहे.

'सुर्वंता'चे लेखन आणि प्रकाशन हासुद्धा केसकरांसाठी एक चित्तरकथेचा

गमतीदार भाग बनला आहे. जेव्हा एखादा प्रतिभावंत नवा लेखक चाकोरीबद्ध वाट सोडतो, स्वत:ची नवी पायवाट मळू पाहतो, तेव्हा त्याच्या धाडसाला आणि वेगळ्या निर्मितीला दाद देणारा प्रकाशक आणि रसिक समीक्षक भेटले नाहीत तर घोटाळेच उडतात. १९८२ला 'सुर्वंता' घेऊन केसकरांना अनेक प्रकाशकांचे उंबरठे झिजवावे लागले होते. अर्थात अनेकांनी न वाचताच ती 'साभार परत' केली होती. तेव्हा कथा, कादंबरी, नाटक या साऱ्यामध्ये स्वत:ला का अडकवून घेता? तुम्ही ही कांदबरी मोडीत काढा. ऊसतोड मजुरांच्या मुलाखती घ्या, डाटा गोळा करा, त्या अमक्यातमक्याप्रमाणे रिपोर्टाज का लिहीत नाही, असेही जाब काहीजणांनी केसकरांना विचारले होते. फुटणाऱ्या नव्या अंकुरावर कलम करायचा घाट घातला होता. त्यातून बिचारे केसकर वाचले.

तर काही प्रकाशक व समीक्षकांनी त्यांना 'सुर्वंता'मध्ये मनोविश्लेषण कुठं आहे, असा सवाल केला होता. तेव्हा भाबडे केसकर बोलले, "आमची ही रानातली माणसं. वाट्याला येईल ते भोगायचं, जगायचं हीच त्यांची रीत. तुम्ही सांगता तसा मनोविश्लेषणाचा किस पाडायला त्यांच्याकडे वेळ असतो कुठे?" सुदैवाने व्यंकटेश माडगूळकर केसकरांच्या चांगल्या परिचयाचे होते. त्यांना 'सुर्वंता' खूप आवडली. त्यांनी तेव्हाच्या पुण्यातील एका मातब्बर प्रकाशकाला पत्र दिले. जेव्हा केसकर आपले बाड घेऊन प्रकाशकाद्वारी गेले, तेव्हा तिथे कादंबरी स्पर्धेची धामधूम चालली होती. त्या प्रकाशकाने तात्यांचे पत्र वाचले आणि "आमच्याकडे कादंबरी स्पर्धा आहेच. त्याच मुशीतून येऊ दे तुमची कांदबरी बाहेर," असे बोलून दाख़विले. पुढे कादंबरी स्पर्धेचा निकाल जाहीर झाला. त्यात 'सुर्वंता'चे नाव नव्हतेच. केसकरांनी हस्तलिखित परत आणण्यासाठी खेटा घातल्या. स्पर्धेसाठी आलेल्या एकूण कादंबऱ्यांच्या मूळ यादीतही 'सुर्वंता'ची नोंद नव्हती. प्रकाशकाकडे अधिक शोधाशोध केली, तेव्हा तिथल्या नोकराने तात्यांचे पत्र आणि केसकरांचे बाड दुसऱ्याच एका कपाटात 'जपून'ठेवल्याचे आढळून आले. खऱ्याअर्थी कादंबरीचा निकाल लागला!

'सुर्वंता'च्या जीवनासारखाच आपल्या कादंबरीच्या नशिबातही वनवास आहे, असे समजून केसकरांनी आपली खरडलेली पाने बाजूला ठेवून दिलेली होती. योगायोगाने समीक्षक आणि साक्षेपी संपादक 'एकूर'कार बाबा पाटील एका कार्यक्रमाच्या निमित्ताने वालचंदनगरला आले होते. त्यांनी ते हस्तलिखित वाचून 'हा अस्सल आणि जबरदस्त जीवनानुभव आहे' अशी तिची प्रशंसा केली. अन् लागलीच अनिल मेहतांना कादंबरी प्रकाशित करायचा सल्ला दिला. 'सुर्वंता'ला अनेक पारितोषिके लाभली. मध्ये याच कलाकृतीवर रामदास फुटाणे यांनी चित्रपट काढला. पुन्हा कादंबरी चर्चेत आली; परंतु मध्ये अनेक वर्षं ही उत्तम कलाकृती वाचकांसाठी उपलब्ध नव्हती. माझे मित्र सुनील मेहता ती पुन्हा घेऊन येत आहेत, त्याबद्दल

त्यांचे अभिनंदन!

प्रत्येक लेखक, कवी भाग्यवान असतोच असे नाही. अनेकजण संपादक, उपसंपादकांच्या आणि अलीकडील चित्रवाहिन्यांच्या घट्ट सावलीत आणि प्रेमाच्या उबीमध्ये सुरक्षित असतात. अनेकजण विद्यापीठीय समीक्षकांच्या गोतावळ्यात सुखी असतात. तर अनेकजण दीर्घकाळ अकादमीच्या फांद्यांना तर काहीजण स्पर्धेच्या परीक्षकाच्या खुर्चीला चिकटून असतात. काहीजण आपल्या अधिकारांमुळे, वक्तृत्वामुळे चर्चेत राहतात. खरी पंचाईत केसकरांसारख्या एकांड्या शब्द शिलेदाराची असते. त्यामुळेच भारतीय ज्ञानपीठाने त्यांच्या कथांचे मोल जाणूनही मराठीत मात्र ते दुर्लक्षित राहिले.

चार वर्षांमागे 'भारतीय कादंबऱ्या' या परिसंवादाच्या निमित्ताने फैजाबादकडे गेलो होतो, तेव्हा अनेक तरुण हिंदी लेखकांनी एका मराठी कादंबरीने आमच्यातला लेखक सशक्त बनवला, अशी जाहीर कबुली दिली. त्यांनी मोठ्या अभिमानाने गौरवलेल्या कांदबरीचे नाव होते 'माँ खेतो में रहती थी।' त्यांच्या हातातली कादंबरी पाहिली. हिंदी पट्ट्यात फार पूर्वी भाषांतरित होऊन अनेक वर्षं चर्चेत राहणारी आणि नव्या पिढ्यांनाही तिकडे प्रेरणा देणारी ती मराठी कादंबरी म्हणजे र.वा. दिघे यांची 'आई आहे शेतात.' आज मराठीतही दिघ्यांसारख्या युगप्रवर्तक कादंबरीकाराच्या 'पाणकळे'ची कितीजणांना आठवण राहिली आहे? त्या पार्श्वभूमीवर 'सुर्वंता'ची नवी वाटचाल मला खूप सुखकारक वाटते.

—विश्वास पाटील

एक

काटवटीत पीठ मळता मळता तिचा हात एकदम थांबला. कांकणं वाजायची थांबली. कान बाहेरचा कानोसा घेऊ लागले. जाळ बाहेर सरकत आलेला, हळुवार हातानं तिनं पुढं सारला. तव्यावरची भाकरीही अल्लाद उलथली, आवाज न करता! एरवी भाकरीचा धाऽप आवाज होई. लक्ष बाहेरच्या बोलण्याकडे लागले. थोरला दीर मुकादमाकडनं जाऊन आला होता. मुकादमानं काय सांगितलं, पैसे दिले का नाहीत, यंदा सीझनला जाणार कोण याची चर्चा होणार याची तिला खात्री होती. बाहेर चांगलंच कडूसं पडलं होतं. वैलावर ठेवलेल्या तपेल्यातनं तिनं चट्दिशी तांब्या भरून बाहेर दिरापुढे ठेवला, पाय धुवायसाठी! आणि भाकरी करपेल, म्हणून ती पुन्हा चुलीपुढे येऊन बसली; पण लक्ष बाहेरच होतं.

पाय धुऊन चूळगुळणा करून धोतराच्या सोग्यानं तोंड पुसत थोरला खाली बसला, तसं मल्हारीनं अधीरपणे विचारलं,

"पडली का गाठ मुकादमाची?"

"पडली तं काय बाबाऽ"

सूर जरा निराळा लागला म्हणून मल्हारीनं विचारलं, "काऽ काम झालेलं दिसत न्हाव!"

"न्हाय व्हायला काय झालावऽ पर मुकादमाचं म्हणणं तं खरं हावऽ आपडल्या अंगावं पयली तं उचल मायंदाळ आन पुन्यांदा हे अशानं असं. त्येच्याजवळ तरी काय पैक्याचं झाड हाय का काय? की हालावलं की पाऊस पडतुय नुस्ता..."

"न्हाय, पर दादा. जित्राब चांगलं तं धंदा हुतुयऽऽ आन आपून काय धंदा नीट झाल्यावं तेचं तं काय ठिवनार का बुडविणार हाव!"

"मलबा, बैल घ्यावाचा म्हणून तर त्यानं पैका दिला न्हाय तर-"

"आरं काय घरचाच देतूयऽ कारखान्यानं मस आडव्हान्स दिलाव म्हणावा."

"आरं मग आपुन एकटंच हावऽ समद्यास्नी द्यावावा लागतं. बरं तू जाताव जामखेडाला का?"

"हे बग दादा, जित्राबातलं तं मी काय वळीखणार? आजपातूर तुझ्या हाताखालनं न्हाय म्हणलाव तरी पाचधा जित्राब गेल्याती. बघून सवरून आणल्याल बरं-तूच जा."

"आता तू म्हणतावं म्हून जातं खरं मी; पर आपल्या बाच्यान आवंदा सीझनला जाणं हुणार न्हाय, मलबा. तुम्हाला जोड चांगली तरावट आणून दियाचं काम हाय माझं; पर आवंदा नव्या जोडीचा मान. बघू तं खरं काय सीझन पाडताव."

आत सुर्वंताचा चेहरा मोहरला. जाळानं अधिकच फुलून आला. कपाळावर साठलेले घर्मबिंदू लुगड्याच्या पदरानं पुशीत तिनं काटवटीत अजून पीठ घेतलं अन् मनाच्या एका तालात ती भाकरी बडवायला लागली.

बऱ्याच जणींच्या तोंडच्या ती सीझनच्या गप्पा ऐकत होती. उसाची तोडणी, पहाटेचं उठून जाणं, उसाच्या हात दोन हात तुकड्यावरच नाष्टा उरकणं, रात्रीचंच करून ठेवलेलं जेवण गाडीवरच बसून खाणं, लांबच्या लांब उसाचे मळेऽ मकवणाची शेतं, चोरून उपटलेला हरभरा अन् विळ्यानं फडालगतची काढलेली गाजरं...सगळं हिरवंगार रान, माणसांची वर्दळऽ अन् धूर सोडणारी कारखान्याची चिमणी आणि पांढऱ्या शुभ्र साखरेच्या दाण्यांनी भरणारी पोती-हॉटेलातून किंचाळणारे रेडिओ, एक ना दोन, बरोबरीच्या पोरी ह्या हकिकती तिला तिखट-मीठ लावून सांगत अन् त्या न पाहिलेल्या, न अनुभवलेल्या प्रदेशाची, कामाची तिला ओढ लागून राही, जसं माहेराला गेल्यावर मल्हारीची लागे तशी.

भाऊभाऊ आत येऊन बसले. कारभाऱ्यानं मुंडासं काढून मांडीवर ठेवलं तशी गंगूबाई उठली. पितळ्या घेऊन तिनं चुलीपुढच्या दोन भाकरी मोडून पितळीत घेतल्या. सुर्वंताला कालवण वाढायला सांगितलं. मग दोन्ही पितळ्या दोघांपुढे ठेवल्या. वटकाण देऊन तिनं दुरडीतनं दोन कांदे समोर आणून ठेवले. बुक्कीनं कांदा फोडत मल्हारी म्हणाला,

"दादा, आमी जायचं म्हन्तु खरं, पर हिच्याच्यानं जमताव का?" चुलीपुढं बसलेल्या सुर्वंताकडे बघत तो असं म्हणाला तशी ती गोरीमोरी झाली. डोक्यावरचा पदर अजून पुढे ओढीत खाली बघत भाकरी थापू लागली, कान बोलण्याकडं!

तसं गंगूबाई म्हणाली, "जमाय काय तत इद्या बोलायचीयऽ जात्यावर बसलं की आपूआप ववी सुचतीयाऽ काय गं सुर्वंते?"

सुर्वंतानं काही न बोलता भाकरी तव्यावर टाकली. पाणी फिरवलं. चुर्र आवाज आला.

"वैनी, आवंऽ तुम्हाला राबता हाय म्हणून म्हनतावऽ! पर हिनं काय अजून ऊस कसा असतु ती नीट बघितलं न्हायऽ सैपाक उरकाय पायजे, सवळाय याय पायजे, मोळी बांधाय पायजे. उगं आपलं काय वरातीत मिरवायचं का काय..."

"तू लई वैनीचं कवतुक करतुयास; पर पयल्यांदा गाडीव आलती तवा बघायचं हुतंसऽ" कारभारी भाकरीचा तुकडा कालवणात बुडवत मिस्कील नजरेनं गंगूबाईकडे बघत म्हणाला.

"जाऽ वा. कोनचंच मानूस काय आयच्या उदरातनं शिकून येत नस्तंऽ पर त्यात पडलं की चट जमतया असं मी म्हन्ते..." तिने शेजारी झोपलेल्या शालनच्या अंगावरचं कांबरून नीट करत म्हटलं.

"न्हायतर दादा, काई दिस आम्ही तिघंबी जातुऽ म्हंजी पयल्या झपाट्याला धंदाबी जोरात हुईल आन ही बी तोपातुर रुळंल म्हनावा."

सुर्वंता चमकली. जाऊ बरोबर म्हणल्यावर उगचच आपल्यावर हेडमास्तर असं तिला वाटलं. दोघंच राजाराणीवानी राहू. धंदा करू, बक्कळ पैका कमवू, अशी तिची स्वप्नं असत. आपला नवरा येड्यावानी भावजयीला बरोबर घ्यायाचं का खूळ काढतोय हे तिला समजेना. कष्टाची का तिला सवय नव्हती? का वाण्याबामणाची हुती ती? बाजरी खुरपायची, खुडायची, बडवावी, मूग, मटकी बडवायची, कंजाळ कापायचं, एक ना दोन, कशातही ती मागे राहत नव्हती. हा, आता नव्हता तोडणीचा अनुभव, सवळायचा अनुभव, पण ते तर काय आपल्या अगोदर जलमलं न्हवतं ना!

पण ती काही बोलली मात्र नाही. आपण बोलून काम फिसकटेल याची तिला कल्पना होती. अजून कुणाचा तेवढा अंदाज आला नव्हता. जावेला नको म्हणल्यावर रागावून ती मुळात यायचाच बेत करून बसेल तर नवऱ्याला पण राग येईल. शिवाय कारभाऱ्याचा धाक वेगळाच.

पितळीत हात धुऊन चूळगुळणा करता करता कारभारी बोलला,

"ऐयजी मलबाऽ तुम्ही तिघंबी जाताव आन हिथं काय करायचं? आत बाजरीची राखण हाव, मूगमटकी, एक का दोन? भाकरतुकडा कोन करनार? माझ्या पोटाचं बी हालऽ अन् धंदा उरकंल का?"

"मग?" मल्हारी.

गंगूबाई उठून त्यांच्या पितळ्या उचलीत म्हणाली, "दाजीबा, तुमची बायकू म्हंजी काय शेणामेणाची बाहुली समजताव का काय? बघा तं खरं तुमालाबी मागं सारतीय का न्हाय धंद्यात तेऽ सुर्वंता, बास कर भाकरी आन घी आपल्या दोघांची ताटं, लई रात झालीव."

आता प्रश्न मिटला होता. जावेनंही मार्ग मोकळा केला. ती लगबगीनं उठली. काटवट झटकली, काटक्या अलीकडे ओढून पाणी टाकलं, तव्यावरची भाकरी काढून चुलीतल्या राहिलेल्या आरावर भाजायला लावली. भांड्यात दोन्ही हात खंगळले, कांकणं धुतली आन पदरानं घाम पुशीत ती पितळ्या घ्यायला उठली.

कारभारी घोरायला लागला होता आणि मल्हारी सरमाड तोडून बैलापुढं टाकीत होता. बैलांच्या गळ्यातली घुगरं वाजत होती. लांब कुठंतरी भजनाचा आवाज येत होता. एखादी टिटवी कर्कश ओरडत ओढ्याच्या दिशेने जात होती. बाकी सगळं गपगार होतं.

मग दोघींनी जेवता जेवता काय काय तयारी करावी लागेल याची चर्चा केली. तिखट-मीठ, पीठ, येसूर एखादी बादली, पाटावरुटा, कंदील, एक ना दोन. तिलाही सगळं अप्रूकच वाटत होतं. इतक्या लांब पहिल्यांदाच जायला मिळणार होतं आणि तिथं सगळं बघण्यासारखंच होतं. भांडी घासून त्या दोघीजणी झोपल्या तरी बराच वेळ सुर्वंता कारखान्याबद्दल विचार करीत होती. कसा असंल कारखाना, असं काम काम म्हणजे कितीक असंलऽ मग केव्हातरी तिचा डोळा लागला. झोपेतही ती गाडीच्या मागे धावत होती. विळा कमरेला होता, मध्येच मल्हारीनं तिला गाडीत घेतलं अन् तिनं कूस बदलली. मग दुसरंच कुठलं तरी स्वप्न चालू झालंऽ झोप चाळवली गेली. ऊं ऊं करीत तिनं जावेच्या अंगावर पाय टाकला तसं जावेनं तिला अलगद बाजूला ढकलली. बाहेर मल्हारी शांतपणे घोरत पडला होता.

दोन

"मग मीच जावू म्हनताव जामखेडाला?" कारभाऱ्यानं विचारलं तसं मलबा म्हणाला,

"आता आनी काय म्हूर्तबीर्त काढायाचा का? रातीत ठरलं म्हनावाऽ आन हे बघ, दादा..."

"काय आनी म्हणतावऽ"

"माझ्या मनी आता योकच बैल बघावा. आपला खिलाऱ्या बरा हाय. चालंलऽ त्येच्या जोडीला आण बघूऽ न."

"आन मग यो वकील्या?"

"आरं, राहू देन घरात. मी काय म्हनताव दादाऽ आता ह्यो निशाण्या आन तू जामखेडावऽ नं आनशीला का त्यो असी जोड नेवावी कारखान्यालाऽ आन ह्या वकील्याच्या संगट एखादं भाड्यागिड्याचं जनावर बघून तुला हिऽथलं रान तं बघता येईल."

"आसं म्हनताव?" कारभारी तमाखू चोळत म्हणाला.

"नायतं मग जोड घ्यायला आपल्याला तं कुठं सारं हाव? मुकादमानं कितीक दिल्यात पैशे?"

"दोन हजार," दोन बोटं दाखवीत कारभारी म्हणाला "मलबा, तुझंबी खरं हावऽ माझ्या मनी काय वाटलं पयल्यांदा हाय ही जोड कटवावी आन आपली हावारकी झकास जोड आनावा. उगं तुलाबी ताप नकूऽ चांगलं टन दीड टन माल आणाया लागतावऽ"

"मग माहावला निशाण्या काय कमी दिसताव दादा तुला? ह्येच्या बरोबरीनं जनावर आनऽन्हाय. चिखुलपाण्यातनं दरादरा वढून काहाडली नाय गाडी तं नाव फिरवून ठेव म्हणावा."

"कुनाचं? त्येचं का तुझं?" कारभाऱ्यानं पटक्याला तिढ देत विचारलं तसं आतून दोघीही हसल्या.

“आरं दोघांचं बीऽ आम्ही डरताव काय?”

सुर्वंतानं भराभरा फडक्यात दोन भाकरी बांधल्या. कारभाऱ्याच्या पुढे आणून गठूडं ठेवलं.

शालन त्याच्याभोवती नाचायला लागली, “मी येनारऽ दादा. मला जामखेडाला नीऽ ”

“आता? तिथं काय तुझं लगीन करायचा का काय?”

“ऊंऽ ऊं मी येनार-”

“बायलीऽ आरं मी काय जत्रंबित्रंला निघालाव का? खुळी कुठली!” कारभाऱ्यानं तिला झिडकारत म्हटलं तसं तिनं गळा काढला. खाली बसून हातपाय झाडायला लागली. तसं गंगूनं आतून येऊन तिच्या पाठीत धपाटा घातला. तशी ती जास्तच किंचाळू लागली. मग सुर्वंतानं बाहेर येऊन तिला कडेवर घेतली तरी ती लाथा झाडीतच होती.

“असं नायऽ अगं हे बघ मी काय गमत दाखवती” करत तिनं तिला लांब नेली. लांब देवळवाला देवीचा देव्हारा उघडून तोंडानं काहीबाही म्हणत बसला होता. बायको ढोलकं वाजवीत होती. पोरं कोंडाळं करून उभी होती, बाया डोक्यावरचा पदर कपाळावर आणून सुपात दाणं, कुंकवाचा करंडा घेऊन दर्शनाला येत होत्या. शालन सगळं बघून दादाबरोबर जायचं विसरली. ढोलक्याच्या तालावर बडबडणाऱ्या देवळवाल्याकडे पाहू लागली.

“पैसंबीसं घेतलसा का बरोबर ?” गंगूनं विचारलं.

“नीट चांगलं बघून आनावाऽ हेडी फशिवत्यालऽ”

“आंगजीऽ मी तं काय पयल्यांदा चालल्यावानी बोलतीयास.”

“नव्हं. दाजीबा आवंदा सीझनला जानार तवा म्या म्हनलं-”

“काय म्हनलं?” सूर लांबवत कारभाऱ्यानं विचारलं.

“जावाऽ तुम्हीबी असं करतावऽ माझं एवढंच म्हन्नं की जनावर चांगलं असावा.”

‘वैयनी, दादाला शिकवाय लागलीस तूऽ” मल्हारी म्हणाला.

“बाजार हावऽ गर्दागर्दीनं मानूस भुलून जाताव! बरं एकदा का गळ्यात पडला म्हंजी काय मागनं बोलताव?” गंगू.

‘हां! ह्ये एक अक्षी बराबरच म्हना! आता तू आमच्या गळ्यात पडली. काय बदलून मिळतीव का काय!” कारभारी असं म्हटल्यावर “याऽबया” तोंडाला पदर लावून म्हणत गंगूबाई तरातरा आत निघून गेली अन् झपाझप चालत कारभारी दिसेनासा झाला.

जेवणवेळ टळायला आली. ओसरीवर गंगू, सुर्वंता अन् मलबा कारभाऱ्याची वाट बघत होते. शालन आईच्या मांडीवर डोकं ठेवून पसरली होती. मधूनच "कवा येणार दादा?" विचारीत होती. मधूनच गुरमळायला लागली होती. गंगूची बोटं तिच्या केसांतून फिरत होती. अंधारात डोळे फाडफाडून ते कारभाऱ्याची वाट पाहत होते. कानोसा घेत होते. बैलं मुकाट्यानं सरमाड फोडत होती. मधूनच माना झटकायची, त्या वेळी गळ्यातला घुगरांचा आवाज होई. कुठंकुठं मोठ्या आवाजातलं बोलणं ऐकू येई. कोणी जेवत होते, कोणी जेवून झोपायच्या तयारीला लागले होते. बायका भांडी खंगळत होत्या. एखाददुसरा दुकानाला बिडीकाडी, तमाखूची पुडी आणायला जाई.

"खाल्ली का न्हाय भाकरी, मलबा?" असं विचारून पुढे जाई. त्याच त्याच गप्पा मारून तिघं कंटाळली होती. काळजी करत होती.

एवढ्यात पायरव आला. वहाणांचा नेहमीचा कर्रकर्र आवाज आला. गंगूबाईनं सराईतपणे तो आवाज ओळखला. "आलं वाटतंऽ" करीत ती चट्दिशी हलली तशी शालन पट्दिशी उठून बसली. हातानं डोळे चोळत ती अंधारात पाहू लागली. तेवढ्यात कारभारी अंगणातच आला, मागं हावारका बैलऽ पाय धुळीनं भरलेले. खांद्यावरची पिशवी शालनच्या हातात दिली. गोठ्यातल्या बैलांनी कान टवकारले. सरमाड फोडायचं जरा वेळ बंद केलं. गंगूबाई पट्दिशी उठून आत गेली. सुर्वंताही आत गेली. दोघी मग पाण्याचा तांब्या, भाकरीचा तुकडा, हळद-कुंकू, टेंभा घेऊन बाहेर आल्या.

मल्हारीनं उठून टेंभ्याच्या भगभगीत उजेडात जनावर निरखलं. वशिंड बरं होतंऽ पुठ्ठं भरलेलं दिसत होतं. होतं हावारकच, पन वझं ओढायला बरं दिसत होतं. गंगूबाईनं बैलाच्या पायावर लांबून पाणी ओतलं, हळद-कुंकू वाहिलंऽ कपाळावर लावाय गेली तसं ते जनावर ठिसकारलंऽ तुंबलं. तसं मागं सरत ती म्हणाली, "मारकं दिसतव बयाऽ" तिनं लांबूनच तुकडा ओवाळून लांब टाकून दिला. मग त्यानं मेखेला चांगलं आळपून बांधला.

"मारका हाव तं दादा एकट्यानं कसा काय आणलास म्हणताव मी?" मलबानं काळजीनं विचारलं.

"भोंडवे पावना हुता ना संगतीला! दोघांनी मिळून केली पारख."

"मग काय नाव ठिवावी? काय जुळाकऽ का सा दाती म्हनावा?"

"जुळाकच म्हनायचाऽ" कारभारी पाय धुवत म्हणाला. शालननं पिशवी उसकटली होती अन् शेवेची पुडी सोडून शेव खात ती ओसरीवरच बसली होती. धोतराच्या सोग्यानं तोंड पुसत कारभाऱ्यानं तिला शेवेच्या पुडीसकट उचललं अन् आत घेऊन जात म्हणाला, "आता ती बघू पुन्यांदाऽ भाकरी खायाचं बघू म्हनावाऽ

का जेवला तुम्ही?''

"छ्या छ्या! जेवतूय कशाचं! तुझीच त वाट बघतावऽ शालीबी अजून तशीच बसलीय न्हवं का! पेंगाय लागली हुती, वहाणांचा आवाज ऐकताव की लगीच उठून बसली.'' मल्हारी कौतुकानं म्हणाला.

मग बैलाच्या खरेदीच्या, बाजाराच्या, बाजारात पडलेल्या पाव्हण्यांच्या गाठीभेटी, इकडच्या तिकडच्या गप्पागोष्टी कळलेल्या असं सगळं बोलत त्यांनी जेवणं उरकली.

"काय, कवा निघायचं बिगायचं काय मुकदम बोलला का?'' मल्हारीनं विचारलं.

"तयारीला लागाच म्हनलावऽ जामखेडाला म्होरल्या मंगळवारी या म्हनलाव.'' भाकरी खात तो बोलला.

"ह्या मंगळवारीऽ आरं मग तं काय लई थोडं दिस राह्यलाव. तट्ट्या बांधाय पायजे? वैने, घरातलं तरी सगळं उराकलं का म्हनताव मी?''

"आमची काय काळजी करू नगा दाजिबा? तुमचंच बघा म्हंजी झालं.''

"आयलाऽ मोठं उरावर आलं म्हनायचं!'' मल्हारी काळजी करीत म्हणाला, म्हणाला,

"का?''

'अरंऽ न्हवं आता ही नवं जित्राबऽ आपल्या निशाण्याबरूबर जुळाय पायजेऽ एखाद टायमाला भाहीर फाटायबिटाय लागलं तर बोंबला.''

"कश्याला भाहीर फाटताव?''

"त्याचा काय नेम हाव?''

"तसं असलं तर राहू दी हिथंच भडव्यालाऽ आपली घरची तं जोड गेली न्हायी कुठं? आं?''

"न्हाय, ते तं हायच दादाऽ पर जोड तरावट असली की जोमाचा धंदा उरकतावऽ''

"न्हाय, तसं त काय मला वाटत न्हावऽ उंद्या बघू गाडीला जुपूनशान!'' कारभारी म्हणाला.

"मायंदाळ कट्टाळा आला, मलबाऽ अंग नुस्तं रॉवरॉव करतावऽ पडू म्हणतु मी. कसं?''

"आता हिथं कुनाला जागरण घालायचाव? पड की बाबा!''

मल्हारी गाडीची बांधी कशी करायची याचा विचार करीत पडला. कारभारी मात्र दुसऱ्याच क्षणाला घोरू लागला.

मल्हारी मग उठला. कातरून ठेवलेली पेंडी त्यानं सगळ्या बैलांपुढे टाकली.

नवीन आलेले जित्राब काजबादलं होतं, इकडे-तिकडे पाहत होतं. मधूनच गोठ्यातली बैलं डरकारची. त्यानं अस्फुटशा अंधारात डोळे फाडून बैलाला न्याहाळलं. पट्दिशी वेसणीला हात घालून दुसऱ्या हातानं अंगावर थाप टाकली. कातडी थरारली. थापेनं कारभाऱ्याची झोप थोडी चाळवली. त्यानं कूस पालटली. जनावर लगेच आपल्या हातावर येईल याची मल्हारीला खात्री वाटली अन् समाधानानं तो वलणीवरची घोंगडी अंगणात हंथरून वाकळ अंगावर घेऊन गंगूबाई झोपण्याची वाट पाहू लागला.

जरा वेळानं सगळं शांत झालं. बैलांचे सुस्कारे येऊ लागले, रात्र निवळली. लांब कुठंतरी कोल्ह्या भेकरांचे आवाज ऐकू येऊ लागले. मधूनच पिंगळा शब्द करू लागला. ओढ्याच्या बाजूनं डोंगरावरून टिवऽ टिटिवऽ टिव करीत टिटवी उडत गेली अन् मल्हारी हळूच उठून सुर्वंताच्या अंथरुणावर गेला. झोपेतच तिनं कूस पालटली अन् त्याला घट्ट मिठी मारली.

तीन

जामखेडाला गाड्यांची नुसती गर्दी उसळली होती. पटांगणावर जिकडंतिकडं गाड्याच. एखादी जत्रा असावी तशा. नुसता कालवा उसळला होता. कारखान्याच्या जीप, मोठमोठे साहेब, मुकादम यांची उलघाल चालली होती. आपापल्या पुढ्यातल्या गाड्या बरोबर मोजून त्यांना बैजवार सांगून, थोडा अधिक ॲडव्हान्स देऊन वाटेला लावणं मुकादमाचं काम होतं. दिलेल्या ॲडव्हान्सपेक्षा शे-दोनशे अधिक देऊन आपल्याकडे, आपल्या कारखान्यावर गाड्या लांबवणं हिथंच जमतं, त्यामुळे जास्तच कालवा उसळला होता.

मल्हारीनं तळावर गाडी सोडली. चाकपट्टीला बैलं नीट बांधली, त्यांच्यापुढे वैरण टाकली. घागर घेऊन तो पाण्याला गेला. तोपर्यंत सुर्वंतानं तीन दगड हुडकून काढले. आसपासचा पालापाचोळा गोळा केला, पिशवीतनं पीठ घेतलं, पट्कन तवा-पितळी काढली, थोडंसं सरपणसुद्धा गाडीतनं काढलं, चाचपून पाहून तिखट-मीठ, फोडणीला तेल, बेसन सगळे काढून घेऊन स्वयंपाकाची तयारी केली. दगड नीट मांडून चुलीत पालापाचोळा सारला. काड्याची पेटी मलबाबरोबर कोपरीच्या खिशात गेली होती म्हणून मग ती थांबली, तोपर्यंत आपली घागर घेऊन मल्हारी आलाच.

"का थांबलीयास?" घागर खाली ठेवत तो म्हणाला.

"आताव? काडपेटी सोताच्या खिशात नेताव आन..." ती लटक्या रागानं म्हणाली.

तसं "व्हय की. तिच्या बायलीऽ" करत त्यानं कोपरीच्या खिशातून पेटी काढून दिली.

लालभडक जाळ झाला. तवा तापला, झपाझपा साताठ भाकरी तिनं टाकल्या, त्याच तव्यात बेसन टाकलं. सगळ्यांचा स्वयंपाक उरकत आला होता. होईल तसं सारीजणं जेवायला बसत होते. एकमेकाला हाळ्या देत होते. बेसन झालं तसं पितळीत हात, कांकण धुवत ती म्हणाली, "खायाची भाकर का टैम हाव?"

"आता आनी कशाला थांबायचं?" तो पितळी घेत म्हणाला. मग तिनं भाकरी वाढून घेतली, बेसन वाढलं. बुक्कीनं कांदा फोडून निम्मा तिच्यापुढे करत तो चवीनं खाली मान घालून जेवू लागला. तेव्हढ्यात मुकादम आला.

"या जेवाय, मुकादम," मल्हारी त्याला बघून सावरत बसत म्हणाला.

"म्हना महादेवऽ चालू द्या! फाटच लौकर निघावा! कारखाना तं तेरवाच्या दिवशी चालू होणार हावऽ म्हनतेत सायेब बाबा."

"आता आपुन काय यष्टीसाठी थांबनार हाव का काय? आपली सोताची गाडी हाव ना!" तो हसत म्हणाला.

मुकादम सुर्वंताकडे न्याहाळून बघत म्हणाला,

'नाय तेचं काय, मलबा, जरा अगुदर पोचलाव म्हंजी बरं असतावऽ कोप म्हना की जळानं काटूक म्हना समदं बैजवार होतावऽ तवा..."

"आता काय आमचा तांडा निघालाव म्हंजी परवाच्या सकाळपारी कारखान्यावर! तुमीच यायाचं बगा आमच्या म्होरं. न्हायतर बक्र्याबोळ. तथं आमाला कोण विचारतावं?" तो भाकरी मोडून बेसनाला लावत म्हणाला.

"आता ही काय बोलनं झालं? आम्ही तं तिथं तुमच्या स्वागताला हायेच हाजीरऽ आता उद्या जरा गावाकडनं चकार टाकताव, म्हंजी आता काय लवकर दोन-तीन म्हयनं गावाकडे याय मिळणार न्हावऽ अन् लगी गाडी धरनार ते थेट कारखान्यावरच!"

"हां तेव्हढं करायच पाहिजेल."

"आवंदा तुमचा जोड दिसताव?" मुकादम सुर्वंताकडे न्याहाळून पाहत म्हणाला. सुर्वंता उगाचच लाजून गोरीमोरी झाली.

"हांऽ आमच्याव ढकाललं ना कारभाऱ्यानं."

"आरं, पर दोघांच्यानं निभावणार न्हायऽ मी ते काय म्हणतुऽ ही तं कधी बघितली न्हाय ऊसतोडणीला भौऽ काय नाव म्हनाचीला हिचं."

मल्हारी लाजला. नुसताच घास तोंडात घोळवत राहिला.

"च्याऐला लाजतूय म्हणावाऽ आरं आपल्या माणसाचं नाव घेयाचं ती बी हिथं कोन हावऽ आपून तिघंच ना?"

मुकादमाचा लघळपणा तिला आवडला नाही. ती तोंड फिरवून मुकाट्यानं जेवू लागली. तिची नाराजी टिपत मुकादम म्हणाला,

"तू नाव घेशील ना घेशील; पर आमची वैनी तं काय आमचा अनमान ना कराची?"

"मी तरी काय भितूय का! पर..."

"पर...लगीच नाव घ्यायाचं त्याला पर आन पखं कशाला?"

“सुर्वंता!” त्यानं झटक्यात नाव घेऊन टाकलं. तिचा तुकडा मोडतानाचा हात तसाच राहिला. हा आता आपल्याला नाव घेयाला लावणार. मेल्याची नजर चांगली नाही दिसत. असू दे. आपण काष्ट्याला घट्ट असल्यावर त्याची काय माय व्यालीय, या विचारानं तिला आधार आला. निश्चिंत मनानं ती भाकरी खाऊ लागली.

“आताऽ तू उरकलंस, मलबाऽ पर लगनाच्या मांडवात लाजवल्यावानी वैनी गप्प बसलीवऽ आऽ ही काय खरं हाव?” मुकादम.

तिनं ओठ मुडपला, चुलीपुढचा जाळ विझत आला होता. कडूसं पडू लागलं होतं. जवळजवळ तिन्हीसांज होऊन गेली होती. तिच्या चेहऱ्यावरचे भाव मुकादमाला दिसणं शक्यच नव्हतं. तो पाघळला होता. तिनं थोडा वेळ विचार केला अन् भाकरीवर हात दाबून ठेवत, अंगठा जमिनीत खुपसून ठसक्यात ती म्हणाली,

“कुनाची कशी का असंना नदर
मल्हारीराजाचं नाव घेते मी जलमभर.”

असल्या खोचक उखाण्यानं मुकादम एकदम दचकला. पाणी इतकं तेजदार असंल असं त्याला वाटलं नव्हतं. म्हणजे आता शिकारीला गंमत आली. वरकरणी हसत तो म्हणाला, “बास बासऽ मलबा, बायकू तर अगदी लवंगी मिरची पटकावलीसऽ झणझणीत, जेवा नितराशीनं.” अन् तो हलला. दुसऱ्या गाडीकडे गेला. मग बराच वेळ मुकादम सगळ्या गाडीवानांची चौकशी करीत होता. चेष्टामस्करी चालली होती. कुणाला अजून पैसे पाहिजे होते, ते लाचारी करीत होते. अजीजीनं मागत होते. मग बराच वेळ गाडीतळावर धांदल होती. तिनं चूल विझवली. भांडी खंगळून टाकली. जिथल्या तिथं गाडीत ठेवून दिली. पिठाच्या पिशव्या गाडीच्या तट्ट्याला घट्ट बांधून ठेवल्या. नाहीतर रात्री कुत्री ओरबाडून न्यायाची. भाकरी, बेसन नीट बांधून ठेवलं. उद्या पहाटेच निघायचंऽ रस्त्यातच न्ह्यारी उरकायचीऽ थांबलं उनाचं कुठं तर थांबलंऽ तेवढ्यात स्वयंपाक कुठला उरकायलाऽ म्हणून मग उद्या दुपारच्या पण भाकरी तिनं टाकून घेतल्या होत्या.

गार वारं सुटलंऽ आभाळ भरून आलं होतं. एक चान्नी दिसायला तयार नव्हती. अंधारून आलं. पावसाची सर येतीय का काय असं वाटू लागलं. सगळ्यांची जेवणं उरकली होती. कलकल कमी झाली होती. पावसाच्या भीतीनं आडोशानं गाडीखाली, गाडीत तट्ट्याखाली झोपायची तयारी सुरू झाली होती. अचानक वाऱ्याचा जोर वाढला. चावरं वारं सुटलं अन् ढग पळून गेले. चांदण्या चमचमू लागल्या. खालची वलीगार जमीन अन् चावरं वारं, पोटात गेलेलं गार पाणी यानं सगळ्यांना हुडहुडी भरली. जवळपासचा पाचोळा, कायकाय गोळा करून दोघाचौघांनी मल्हारीच्या गाडीलगतच जाळ केला. चारदोन गडी, दोनतीन बाया शेकोटीभोवती जमल्याऽ हा हू करीत मागनंपुढनं शेकू लागल्या.

मल्हारी हळूच सुर्वंताला चल म्हणाला. दोघं शेकोटीभोवती आले. हातापायाचे गार पडलेले तळवे शेकू लागले.

"इष्णूदादा, काय तं गोठ तरी सांग म्हनावा" हाऽ हा करत एकजण बोलला तसं सगळ्यांनीच कालवा केला.

"हा, दादानं कथा सांगितलीच पाहिजेऽ"

विष्णूदादा समोर बसून शेकत होता तो पाठमोरा होत म्हणाला, "आरं बाबाऽ माझी कत्ता लई लांबाडी हावऽ उग झोपायीले टैम झालावऽ आन फाटं नाही तुम्ही कोण उठलाव म्हंजी मुकादम घालंल माझ्या पेकाटामंदी लाथऽ"

"तसं कुठं झालाव?"

"न्हाय तं दादाऽ आता आज काय थोडी सांगावाऽ उद्याच्या मुक्कामाला राहिलेली..." दुसरा बोलला.

"चालंल?" विष्णूदादा सरळ सामोरा होत म्हणाला.

"न चालाया काय आपून कारखान्यावल्लं साहेब का कोन? तेच असतावंऽ वाढं राहलावंऽ वरनच तोडतावं " शिरीमंता म्हणाला अन् सगळे हसले.

"मगं ऐका तं..." विष्णूदादा सावरून बसत उजव्या कानावर हाताचा पंजा ठेवत म्हणाला. सगळे जिवाचे कान करून ऐकू लागले.

"गिरवली गावात दोन धनंतरी बंधू होते. त्यातला एक आपशीर खात होता. एकाची तारंबळ. तेव्हा महादेवाने बिरुदेवाला सांगितलं. काय सांगितलं? जा बघून ये दोघांचं कसं चाललावं.

'बिरुदेव तिथून निघालं रं :'

'बिरुदेव तिथनं निघालं रंऽऽ' विष्णूदादा ओव्याच्या सुरात गाऊ लागला. बैलांनी कान टवकारले.

'पायात वाकडं रंऽ'
हातात खुळपं रंऽ
बिरुदेव तिथून निघालं रंऽऽ
म्हातारा माणूसऽ म्हंजी रूप घेवलावं बरं का!
एक वन वलांडीलं रंऽ
दुसऱ्या वनीच्या मारगीऽ रं
दुसरं वनं वलांडीलऽ
एक पाय रवीत
एक पाय उपशीत रंऽ
दुसरं वन वलांडीलं.
असं करत बिरुदेव गिरवली गावाला पोचले-'

'एशीमंदी पवाचलं होऽ एशीमंदी पवाचलं रंऽ'

मंडळी बसलेली. रामराम घातला. थोरल्याचा वाडा कुठंशी? धाकट्याचा कुठंऽशी? लोकांनी विचार केला. सुखी खातूयं तेच्या घरी धाडून देवावा. चार घास तरी मिळत्यालं.

बिरुदेवानं बघितलं. सुखी हावंऽ बक्कळ हावंऽ ह्येला काय देनगी देवावी? देवाला परत जाऊन सांगिटलं भरपूर हावऽ मग महादेवानं गरिबाच्या घरी पाठावलं.

चिमणचारा खातुय त्येच्या घरी रंऽ

गाडग्यामंदी शिजतंयं चुलीवरऽऽ

तर त्यो गरीब बिचारा कोपीपाशी बसलेला. बिरुदेवानं हाक मारली. धनंतरी बंधूकडं जानारा पैपाहुना आपल्याकडं वळलेला बघून तो कातावला. आमच्या पोटाचे वांधे तिथं पाहुण्याला काय घालावा? तं त्याच्या बाईनं बाहेर येऊन म्हटलं, ''बारा वर्षं झाली. पाहुणा आला नाय. येऊ दे!'' कचकचत धाकट्यानं पोतड्याचं रकटं टाकलं. आपल्या दरिद्रीपणाला मनातनं लाख शिव्या दिल्या.

तिनं ताटं वाढली रंऽ

समदी जेवाय लागली रंऽ

जेवायच्या टायमालाऽ

वाढायच्या टायमालाऽ गाडगं काय भरल्यालंच राह्यलंऽ

बाईनं अनुभवलं. ' अजून घ्या ' म्हणाय लागली तसं तिचा नवरा काळजीनं म्हणाय लागला, ''तुला रहात्याल का?''

तसं बिरुदेव म्हणाले, 'मला बी वाहाढ.'

सगळ्यांना वाढून सोता जेवानं करून बी गाडगं तसंच उरलंऽ

''बघा त्येच्याऐला देवाची करणी!'' मागं-पुढं शेकत शिरीमंत्या म्हणाला.

''म्होरं ऐक मुकाटपणी भौ!'' दुसरा त्याला गप्प करीत म्हणाला.

सकाळच्या पारी बिरुदेव तुझा मेंढवाडा कुठशी हावं म्हणून इचाराय लागले तसं आपलं दळींदर पाहुण्याशी काय दाखावा म्हणून कचवचत तो म्हणाला, ''तो काय पलीकून हाय.''

मंग बिरुदेवानं सात मेंढ्या हुत्या तेवढ्याच घिवून मेंढ्याकडे जातु म्हणाले. मेंढ्या राखाय गेलं. तिथं रानावनात संजीवनी मंतर जपून ओढ्याच्या काठी मेंढ्या ऐल्याऽ सात दुणी चौदाऽ कोकरी मेंढ्यांना लावतूय-''

जाळ विझत आला होता. भाकरीनं प्रत्येकाचे डोळे जडावले होते. तिकटण बरंच वर आलं होतं. सुर्वंताही कंटाळली होती. प्रत्येकालाच जांभयांवर जांभया येऊ लागल्या. तसं एकजण दादाला बोलला,

''दादा, आता राहू देऽ उद्याच्या मुक्कामाला म्होरं चालू कर!''

“बास म्हणतावं?”

“आता काय सगळीचं पेंगुळली तं कायऽ फाटचंबी लौकर उठायचंय.”

मग सगळे पांगले. जाताजाता पायानं माती टाकून शेकोटी विझवली, उगं रातअपरात्री ठिणगी डोंबाळा करून सोडायची!

तळ गपगार झाला. बैलांच्या गळ्यातली घुगरं वाजत राह्यली.

सुर्वंताला कशानं जागं आली कुणास ठाऊक. मल्हारी बैलाला वैरण घालत होता. दूर गावात कोंबडं बांग देत होतं. थोरली पहाट झाली असावी. धोतराचा नेफा डोक्याभोवती गुंडाळून कुणी कुणी इराकतीला जाऊन येत होतं. चार ताटं बैलापुढे मोडून टाकत होतं. सुर्वंतानं पडल्यापडल्याच हे सगळं उजळत्या अंधारात न्याहाळलं. गाडीतळाला हळूहळू जाग येत होती. माणसं एकमेकांना उठवत होती. साद घालत होती.‘निघतावं ना! फटाटलं पारऽ’ म्हणत होती. ती गाडीतल्या गाडीत उठून बसली. आळोकेपिळोके दिले. दोन्ही हात मागे नेऊन बुचड्याची गाठ मारली. चोळीची गाठ सुटलेली असल्यानं मागं हात नेल्याबरोबर दोन्ही भरदार वक्षःस्थळं फक्कन बाहेर आली. सुर्वंता मनाशीच लाजली. खुदकन हसली. मिनतवारीनं चोळी नीट करून ती गाठ बांधाय लागली. गाठ लौकर बसेना. ‘आता गं बयाऽ’ स्वतःशीच कृतककोपानं म्हणत तिनं मग करकचून गाठ मारली.

तिनं मग डोळे चोळले. येणारी झोप मेटाकुटीनं आवरली. डोळ्यांची चिपडे पदरानं पुसून काढली, अन् गाडीतूनच विचारलं, “निघाचं?”

“आं? उठलीव? आता तं कोंबड्यानं पयली बांग दिलीवऽ जरा टैमानं हलनारचऽ” मल्हारी म्हणाला.

ती हळूच गाडीतनं खाली उतरली. मल्हारी मग अंधारात नाहीसा झाला. ती उगाचच बैलांकडे कौतुकानं पाहू लागली. बाकीच्या बाया हळूहळू जाग्या झाल्या. कलकलू लागल्या. तेवढ्यात परसाकडेहून मल्हारी आला. दोघीतिघी निघालेल्या दिसल्या तशी ती पण त्यांच्यात मिसळली.

मग जरा वेळानं गाड्या हलल्या. दिवस वर आला अन् थंडी वाजायची कमी झाली. डोक्यावरून गुंडाळून घेतलेल्या चादरी, घोंगड्या आता खांद्यावर आल्या. बैलं पावंडावर चालत होती. रस्ता रहदारीचा असल्यानं मागूनपुढून एस. टी., ट्रक्स येत होते. हॉर्न वाजवाजवून कातावत होते. माणसाप्रमाणंच बैलही निर्ढावल्यागत चाकोरी सोडीत नव्हते. तांडाच्या तांडा चाललेला. एकामागं एक शंभरेक गाडी. तिनं गाडीतून मागं नजर टाकली. एका रांगेत हळूहळू एका लायीत, गाड्याच गाड्या येत होत्या. तिनं पाहिलं, एका गाडीत कपडा शिवायची मशीन होती. वाकून

पाहिलं तर तिच्यापासून दुसऱ्या का तिसऱ्या गाडीत लव्हाराचा भाता पण होता. तिनं मल्हारीला विचारलं,

"आता वंऽ समदं गावच नवीन वसावतुव का काय आपून?"

"का? काय झालव!" मल्हारी पुढे बघत म्हणाला.

"नाय तं कायऽ आपून गावातनं निघालाव तं न्हायाचा सोपान बी त्या पलीकूनच्या गाडीतनं निघालाव का नाय? म्या कसं म्हनलावं मनाशी की येत आसंल बिचारा कामधंद्यास; पर आता बघा की मागूनच्या गाडीतनं, लव्हाराचा भाता काय आनं कापडं शिवायचं मशीन काय!" तिच्या बोलण्यात आश्चर्य होतं. एखाद्या लहान मुलानं डोळे विस्फारून चौकशी करावी असा भाव होता.

"आता आपून तिकडं चारसा म्हैनं ऱ्हाणार का नाय! मग गाडीतळावर लव्हार लागतूऽ शिंपी लागतूऽ न्हावी तं पायजेलच." तो हसत म्हणाला.

"तिथं काय बी नसताव? कारखाना एवढा मोठा म्हटल्यावर याला काय तोटा?"

"असताव समदाऽ पर भाहीरलंऽ माणूस काम्हून गाडीतळाव येऊन दियाचा? आन ही सगळी मुकादमाच्या व्हतल आल्याली."

"मुकादमानं आणली म्हणावा?" तिनं विचारलं.

"नाही तं काय आपसुक आली म्हणतीस! अगो बाये, मुकादमाकडे सर्वा जनांची सुय करायची लागलीऽ आता एकदा का आपून भरभक्कम ऑडव्हान्स घेतलावं ना!" तो बैलांना दापत म्हणाला. ती हाताचा मुटका गालावर ठेवून ऐकत राहिली.

"का आता त्याची उचल फिटली पायजेल का नाईऽ मंग बिलातून त्याची उचल तो कापून घेणारऽ आपल्याजवळ काय येणार? वाढ्यागिड्याचं पैसं तेवढंचऽ मग बाहिरल्या लोकांकडून कामं करून घ्यायची म्हटल्यावं रोख मोजाय नकू?"

"तंऽ तसं कोन राह्यल वंऽ"

"मंग? आता ही कसं? धावा निसाटल्या, मुकादम तव्हढं लव्हाराला सांगावा का नाय धावपट्टी ठोकून दी म्हणावाऽ मुकादम हंडेल फाटल्यावंऽ कापडं बी आनतूय. मुकादमऽ ह्यो टेलर देतूय शिवूनऽ मुकादम दाढी वाढल्यावंऽ" तो हसत म्हणाला. ती हसली; पण मनात कुठेतरी दुखावल्यासारखी झाली. तो उत्साहानं पुढं बोलत राहिला,

"आता आपला मुकादम तं भारी माणूसऽ त्यानं दुकानाचं बी खटलं घेतलं आसाल बघऽ दुकान बी घालणार. म्हंजी कुठं जाया नकू बाजारातऽ कापडंचोपडंऽ बाजरीऽ पेंड, मीठमिरचीऽ लयी सुय करावी लागतीया मुकादमाला."

'आस्सं-' ती विचारात पडल्यासारखी झाली. तिच्या अडाणी मनानं विचार

केला, म्हणजे हे सगळे मुकादम पुरवणार. अगोदरची उचल वेगळीच. दुकानाची उधारी, कापडाची, लव्हाराची, न्हाव्याची, शिंप्याची-मग आपल्या हातात काय येणार. गाड्या चालल्याच होत्या; पण तिनं हा सगळा विचार बाजूला सारला... नवीन प्रदेशाची, नव्या भागाची ओढ अनिवार होती. कारखाना बघायचा होता. त्या विचारात ती हे सर्व चट्‌कन विसरूनही गेली. मग तिला गावाकडली सय आली. शालन खेळत असंल, बाई काय करत असत्यालऽ दाजिबाचं काय चाललं असंल! आपणाला येताना माहेराहून जाऊन यायला पण मिळालं नाही. आई-बाची गाठ घेऊन आलं असतो म्हणजे बरं झालं असतं. नादात ती गाडीतल्या वैरणीवर तट्ट्याला टेकून बसली होती.

मल्हारीनं अचानक मागं वळून पाहिलं.

"कारखान्यावं पोचलो जणूऽ" आसूड तिच्या म्होरं नाचवीत तो म्हणाला. तशी ती भानावर आली. सावरूनं बसत तिनं इकडे-तिकडे पाहिलं. दिवस चांगलाच वर आला होता. पावसाळ्यानं माळावरची गवतं बरीच वर आली होती. व्हले किडा, मुंगी टिपत होते. भोरड्यांचे थवे झपाट्‌दशी उठत होते. कुठं कुठं विहिरींवर बाजऱ्या डोलत होत्या, साळीच्या शेतांतून सुगंध सुटला होता. एखादा पानकोंबडा आपली काळीतांबडी शेपटी वर उचलून ह्या झाडावरून त्या झाडावर जाईऽ कुठल्यातरी उसाच्या फडातून इंजिनासारखा पॉक पॉक आवाज काढीऽ बैलं आता जरा थकल्यासारखी झाली होती- बरंच अंतर कापून झालं असावंऽ पोटात कालवल्यासारखं होऊ लागलं होतं. तिनं मल्हारीकडे पाहिलं. पुढे बघत तो गाडी होणत होता.

"भाकरी खायची?" तिनं विचारलं.

"तंऽ काढ की- भूक लागली तं काय?"

मग तिनं तट्ट्याला बांधलेलं भाकरीचं गाठोडं खाली काढलं. गाठोडं सोडून त्यातल्या दोन भाकरी त्याच्यावर बेसन घालून मल्हारीच्या हातात दिल्या.

"तिखट व्होव?" तिनं विचारलं.

"नगंऽ आता कुठं चाचपडत बसती, आन ठसकाबिसका लागलावऽ तं पानी बी लौकर भेटायचं न्हावऽ" मांडीवर भाकरी ठेवत तो म्हणाला. लसणाची, तिळाची, कारळ्याची, येसूर, तांबडं तिखट अशा सगळ्या प्रकारच्या चटण्या तिने करून घेतल्या होत्या. निदान दोन-तीन महिने तरी बघायला नको; पण आता काढायची म्हटलं तर खरंच उचकापाचक करावी लागली असती अन् भाकरी खाता खाता ठसका लागला असता तर पंचाईत की!

मग तिनं आपल्यालाही भाकरी घेतली, बेसनाबरोबर खाऊ लागली. पहिल्यांदा तोंडात लाळ जमली, बाजरीच्या भाकरीची गुळमट चव बरी वाटली. पुढं पुढं तोटरे बसू लागले. पिठलं आणि भाकरीचा गोळा तोंडात कोरडाच फिरू लागला.

पाण्याशिवाय घोटणं जमेना. गाड्या चालल्या होत्या. घास लागल्यासारखं झालं. कशीतरी ती बोलली,

"काय हिरबीर दिसतीव?"

"का? पानी पायजेल?"

"तं काय, तोटरा बसलाव कीऽ"

"आता ग बयेऽ अस म्हनुन कसं चालेल? आता असंच तुकडं मोडावं लागत्यालऽ एका जागी राजाराणीसारखं बसून भाकरी खाया कसं जमनार? उसाच्या गाडीवंऽ जाता येताना कवा बी-"

"ती राहू द्याऽ अदूगर पानी बघावा-" ती डोळ्यांत आलेलं पाणी पदरानं पुसत म्हणाली. घास बसल्यामुळे तिला जास्त बोलवेना.

गाड्या चालल्या होत्या. अचानक वळणावर ओढा आला. तिला हायसं वाटलं. मल्हारीनं दांड्यावरनं अल्लाद खाली उडी घेतली अन् तांब्या घेऊन तो ओढ्यावर गेला. त्यानं पाणी आणून दिलं. गार, मधुर पाणी पोटात जाताच तिला बरं वाटलं. मल्हारी आता गाडीच्या बरोबरीनं बाजूनं चालत होता, मधूनच बैलांना दापत होता. तिनं आसूड हातात घेतला अन् ती सावरून बसली गाडी हाणण्याच्या आविर्भावात. मल्हारीचा चेहरा उजळला.

मग मध्येच रस्त्याच्या दुतर्फा झाडी लागली. वडाची, पिंपरणीची, चिंचेची ओळीनं दुतर्फा झाडं. बरीच मोठी इथूनतिथून सावली. सगळ्यांचा एक विचार असल्यासारखे सगळे एकदम थांबले. प्रत्येक झाडाभोवती चार-दोन गाड्यांचा वेढा पडला. बैलांना सोडून जुवाला, चाकपट्टीला आळपलं गेलं. वैरण कचकचा मोडून त्यांच्या पुढ्यात टाकली गेली. चालून चालून थकलेले अन् भुकेनं व्याकुळ झालेले मुके जीव गबागबा चिपाड फोडायला लागले, शेपटानं माश्या हाणायला लागले. ज्यांनी भाकरी खाल्ल्या नव्हत्या त्यांनी भाकरी सोडल्या. ज्यांची वाटेतच जेवणं उरकली होती त्यांनी झाडाच्या तळाशी सप्पय जागा बघून टोपी म्हणा, पटका म्हणा उशाशी घेऊन ठेवून दिली.

"आपला जोड चांगला जमलावऽ ती एक घोर लागली हुतीऽन्हायतं कायऽ" मल्हारी बैलांकडे पाहत म्हणाला.

"कुनाचा पायगुन म्हणावाऽ" ती जरा चेष्टेच्या सुरात म्हणाली.

"मिरच्या असल्या तर बघऽ" मल्हारी म्हणाला.

येडबडून तिनं विचारलं, "कश्याला व?"

"न्हाय, मिरची नसंल तं केरसुणी बिरसुणी बघऽ दिट काढतु ना पायगुनवालीचीऽ"

"या बयाऽ" फिस्सकन हसून तोंडाला पदर लावत ती लाजली. तिचं लाजणं पाहून तो मनोमनी हरखून गेला.

दिवस थोडासा ढळला. बैलांचा विसावा झाला होता. सगळ्यांनी गाड्या जुपल्याऽ पलटण चालू लागली.

तिसरापार झालाऽ मधूनच झाकाळून आलं. पाऊस पडतो की काय असं वाटू लागलं.

बघता बघता उगवतीकडनं ढग दाटून आलेऽ काळ्याभोर मेघांनी आकाश व्यापून टाकलं. किंचितसे पारव्या रंगाचे, काळेकुट्ट, जलांनी पूर्ण भरलेले, खाली ओघळलेले ढगऽ सर्रकन वीज चमकली, मोठा गडगडाट झाला अन् रापराप पावसाला सुरुवात झाली. पावली, अधेलीएवढा थेंबऽ गाडीची मागची बाजू तरटानं पक्की केली होती तरीही पाण्याचे ओघळ थोडे थोडे आत येऊ लागले. बैलं पावसाच्या माऱ्याने थरारली, तशीच चालत राहिली. पावसाचा जोर वाढला तशी सगळ्याच गाड्या आपसूक थांबल्या. सगळेजण गाडीत गिडीगूप झालेले, बैलं मुकाटपणं पावसाचा मारा अंगावर घेत उभी राहिलेली. काहीसं भेदरून, सुर्वंता बाहेर पाहत राहिलेली, दोन्ही हात पायाच्या जुडीला घट्ट आवळत मल्हारीही बाहेरच्या पाण्याकडे पाहत बसलेला.

"च्याऐला कवाशीक उघडतावऽ अजून तं बरंच लांब हाव मुकामाचा ठिकाना."

"मंग वो?" काळजीनं त्याचा हात पकडीत ती म्हणाली.

"उघडंलऽ काय लागून ऱ्हातूयऽ आन गाठायचंच गाव मुकामाचं. काय ह्या आडरानात ऱ्हावावा म्हनती का काय तू?"

"मला बया तसंच वाटलावऽ म्हनी असल्या फोंड्या माळावं रात काढायची म्हटल्यावंऽ" ती शहारत म्हणाली.

"आन समजा ऱ्हावावा म्हनल तं आपून काय दोघंच हावऽ मागं म्होरं बघऽ शंभरेक गाडी असंलऽ"

"व्हैकीऽ दोडाऱ्या पावसाच्या नादात मी इसारलीच की वो," ती खळखळून हसली. पाण्याच्या लोंढ्यागत.

पावसाचा जोर कमी झाला, ढगार पळून गेलं, रस्त्यावरून मातकट पाण्याचे ओघळ वाहू लागले, जराशानं पारच थांबला, दिवस हळूच ढगातून बाहेर आला. स्वच्छ, कोवळं ऊन सगळ्या माळरानावर पडलं. झाडांचे पिवळे शेंडे नव्या नवलाईनं चमकू लागले. दवबिंदू मोती होऊन ओघळू लागले. आसमंत न्हाऊन निघाला. बैलांना समजल्यासारखं पाऊस कमी झाल्याबरोबर त्यांनी चालायला सुरुवात केली.

सुर्वंता विचारात पडली. आता ह्या चिकचिकीत भाकऱ्या कशा करायच्या, जळणं कसं बघायचं, ते सगळं वलंगार असणार म्हणजे गाडीतलंच घ्यावं लागणार अन् असं रस्त्यानंच जळणाचा निकाल लावल्यावर तिथं गेल्या गेल्या पुन्हा सरपणाची तयारी करावी लागंल. ती विचारात पडली. गाड्या चालतच

होत्या. थोड्याच वेळात दिवस मावळला. हळूहळू अंधारून आलं, कडूसं पडलंऽ चांगल्या तिन्हीसांजा झाल्या. रस्त्यावरची वर्दळ अजिबात थांबली. एखादा ट्रक रोंरावत रस्ताभर उजेड पाडीत येई. सपासपा पाण्याचे झपकारे उडवत जाई. रस्ता त्या उजेडात क्षणभर रुपेरी दिसे. बैलं उजेडानं बावरत. पुन्हा अंधार काळामिट्टऽ बैलाच्या घुंगरांचा आवाज, गाडीवानांच्या बैलांना दिल्या जाणाऱ्या शिव्या, आवाज एवढंच काय ते! अजून गावाचा कानोसा नव्हता, माणसांची जाग नव्हती. किती चालायचं कुणास ठाऊक? का अशाच माळरानात थांबायचं? गाड्या माहेरहून सासरी नांदायला निघालेल्या बाईगत हळुवार रस्ता कापत होत्या. दिवसभराच्या चालीनं बैल थकले होते. अचानक मधल्याच एका गाडीवानानं खड्या आवाजात गीत चालू केलं,

'गाडीच्या रं गाडीवानाऽ तुझ्या गाडीला रं तरणी खोंडंऽ हि हांऽऽ थ्बुरुऽ हां हां...'

बैलांनी कान टवकारले अन् पावलं जोरात उचलाय लागली. कुणीतरी गाडीतच ट्रान्झिस्टर चालू केला अन् लावणी सगळ्या गाड्यांतून भिरभिरत गेली. अंधाराची भीती पळून गेली.

लांबूनच गावाची जाग आली. मिणमिणते दिवे दिसू लागले. अस्पष्टसा कोलाहलही ऐकू येऊ लागला. एक एक करता गाडी गावतल्या रस्त्यावरून पार झाली. कोणी जेवलेले, कोणी भाकरी व्हायची वाट पाहत असलेले दिव्याच्या खांबाखाली तंबाखू चोळत उभे होते, त्यांनी गाड्या न्याहाळल्या.

"नगरी भौ न्हाय का?"

"चालली लेका कारखान्यावर! सीझन न्हाय का सुरू होणार आता."

"हां बरोबर."

"मायंदाळ कष्ट करनार मातूर ही जात."

"तरऽ आपल्यावानी हाय व्हय? रातूंध्या कष्ट. लेका आपल्या बायका तर एक मिनिटबी टिकायच्या न्हाईत."

"आस्सं?"

"तर काय लेकाऽ गाडीच्या बरोबर ऊस सवळायचा, मोळ्या बांधायच्या, पुन्हा कारखान्यावर येऊन भाकरी थापायच्या, गाडीवानाला पोच करायच्या, अन् एवढं होऊन पुन्हा रातच्याला नवऱ्याचा भार हायेच. ही हीऽ खि खी खिक्ऽ काढ तंबाखू."

गाड्यांनी गाव पार केलं. बाहेरच्या अंगाला ओढा होता. पलीकडं विस्तीर्ण माळरान होतं. ऐसपैस गाड्या सुटल्या. बैलांच्या पुढं वैरण टाकली गेली. घुंगरं हलवत ते चिपाड फोडू लागले. माणसं ओढ्यावर पाण्याला गेली. बायाबापड्या

स्वयंपाकाला लागल्या. निपळ होती तरी मघाच्या पावसानं जमीन ओली लागत होती. बराच वेळ तळावर कालवा चालला होता. सुर्वंतानं उद्याच्याही भाकरी टाकून घेतल्या. दोघं निवातंपणे जेवली. पाणी पोटात जाताच हिव भरल्यागत झालं. काल विष्णूदादाच्या अर्धवट राहिलेल्या कथेची आज कुणालाच आठवण झाली नाही. एकतर सगळीकडं गारेगार झालं होतं. पावसानं अंगं आंबून गेली होती. दुसरं जाळ करायला काही सापडण्याजोगं नव्हतं. जेवलं की केव्हा वाकळंत, घोंगड्यात शिरतो असं प्रत्येकाला झालं होतं. गाडीत वैरणीची आपोआप गादी झाली होती, त्याच्यावर घोंगडी टाकून मल्हारी हळूच सुर्वंताच्या कुशीत शिरला.

ओढ्याच्या अंगानं बेडकांचं संगीत चालू होतं. मधूनच टिटवी ओरडत गाडीतळावरून भिरभिरत गावाकडं जाई. रातकिड्यांनी फेर धरला होता. बैलांचे मधूनच मंद पण लांबलचक सुस्कारे ऐकू येत. मधूनच गाडीतून नाजूक खसपस ऐकू येई. सुर्वंता ती ऐकून मल्हारीच्या कानाला लाग. दोघंही अस्पष्टसं हसत.

थोड्या वेळात सारं शांत झालं. मोकळ्या स्वच्छ आभाळातनं चांदण्या कुतूहलानं खाली पाहत राहिल्या.

चार

दिव्यांची लांबच लांब माळ दिसाय लागली तसं सुर्वंतानं मल्हारीला विचारलं, "ह्यो कोनता गाव म्हनावाऽ मोठं दिसताव."

"ह्योच कारखाना." बैलांना दापत तो म्हणाला.

"आं! ह्योचऽ म्होरं दिसतूय तो कारखाना हाव?" तिनं आश्चर्यानं, काहीशा आनंदानं विचारलं.

गाड्या सकाळी पोचायच्या त्या आता पार कडूसं पडलं तरी रस्ता कापतच होत्या. कारखाना अजून दोनेक मैल तरी असंल. उमाटावर असल्यानी दिव्याची रांगच्या रांग लांबून दिसत होती. कारखाना जवळ आल्यानं लोकांच्या उत्साहाला उधाण आलं होतं. आपोआप बडबड वाढत होती. सुर्वंताही नव्या नवलाईनं कारखाना न्याहाळीत होती. दिव्याशिवाय अजून काहीच दिसत नव्हतं म्हणून मग मल्हारीला निरनिराळे प्रश्न विचारीत होती. मल्हारीही उत्तर देत होता. मधूनच नुस्ता हूंऽ करत होता. "आता दिसलंच ना" म्हणत होता.

मग दिव्यांची माळ संपून वेगवेगळे दिवे दिसू लागले. इमारती स्पष्ट झाल्या. चाळींची खुराडी दिसू लागली. त्यातनं उजेड बाहेर आलेला, कारखान्याच्या खिडक्यांतून आलेल्या उजेडानं कारखान्याचा विस्तार जाणवू लागला. एकूण आवाकाच दृष्टीत येऊ लागला. एका बाजूला कारखाना, दुसऱ्या बाजूला खुराडी, मध्ये बाजारपेठ, पलीकडं गाडीतळ, बाजारपेठेतून गाड्या पार झाल्या. तळावर आल्या. जिथं जिथं, ज्यांच्या त्यांच्या सोयीनं गाड्या सोडल्या गेल्या. म्हणजे उद्या सकाळी खोपटं बांधायला बरंऽ एकमेकांच्या सोयीनं, साथीनं.

सुर्वंता गाडीतून उतरली. पदर नीट करत केसांवरून हात फिरवत तिनं परत सगळीकडे कुतूहलानं पाहिलं. कारखान्याची मोठी इमारत तिच्या मनात रुतून बसली. मोठ्या चिमणीतनं केव्हातरी धूर आभाळात जात होता. घरघर ऐकू येत होती. मग ती भानावर आली. सैपाक करायचा होता. दगड बघायला पाहिजे होते. मग ती आसपास घोटाळली. बाकीच्या बायांनी गडबड करून चुलीही मांडल्या

होत्या. मग तिला बरंच फिरावं लागलं. दगडं मांडली. तशी चारदोन जणी घागरी घेऊन पाण्याला निघालेल्या. तिनं घागर उचलली तसा मल्हारी म्हणाला, ''मी आनतावं आताऽ तु पयिलं भाकरीचं बघ.''

''जाती की. ती निघाल्यात ना बाया पान्याला.''

''आता आयक माझंऽ तू भाकरी टाकायची तयारी करऽ''

''कुठऽ नं आनावा लागतंय पानीऽ हिरबिर हाव की वढा?'' तिनं विचारलं तसं तो खळाळून हसला.

''अगोऽ हिथं कुठल्ली हिर आन वढाऽ थ्या तिथं पलीकून तोटी बसावली हाय कारखान्यानंऽ तिथनं आनाचाऽ आता रात अंधारचं तुझ्या काय पायाखाल्लची वाट न्हावऽ उगे एखाद्या ठिकानाला पाय बी आचाकला म्हंजी? तवा आजच्या रोज मी आनतावऽ तू दिसा उजेडी बघून ठिवऽ'' तो अंधारात नाहीसा झाला.

मिणमिणत्या कंदिलाच्या उजेडात मग तिनं सैपाकाची तयारी केली. थोडंसं सरपण गाडीतनं काढलं. बैलांपुढचे बुडखे गोळा करून घेतलेले चुलीत सारले, कंदील वाकडा करून थोडंसं रॉकेल ओतलं आणि काडी ल़ावली. भक्कन जाळ झाला. तवा तापू लागला. ती पाण्याची वाट बघू लागली.

जरा वेळानं जेवणं झाली. तांब्याभर पाणी ढोसून तंबाखू मळत आवराआवर करणाऱ्या सुर्वंताकडे पाहत मल्हारी बोलला,

''आता दिस उगवल्या उगवल्या कोपीची तयारीऽ पैल तट्टया शेवरीफिवरी बघिटली आन एकदा का आपला बंगला हुबा ऱ्हायला की मग-''

''काथ्याऽ सुतळी वं? बांधाय लागंल म्हनावा.''

''ते समदं मिळतावऽ उद्या मुकादम हायेच ना-''

मुकादमाचं नाव निघताच तिच्या कपाळाला बारीकशी आठी पडली. अंधारात त्याला ती दिसली नाही. तेवढ्यात मधल्या पटांगणात जाळ झाला. माणसं हांऽ हू करीत जाळाभोवती जमली. बायाही डोक्यावरनं पदर आळपून घेत जाळाकडं धावल्या.

कोणीतरी विष्णूदादाला हाक मारली. विष्णूदादा पटका कानावरून नीट आवळीत धोतराचा सोगा अंगावरनं पांघरून घेत जाळाकडे आला.

''कालच्या राती काय कुनाला आढाव झाला न्हाय माझ्या कतेचा.'' तो शेकत म्हनाला.

''काय भौऽ दिवसभराच्या चालीनं दमून गेलाव आपून आन कश्शाची कथा ऐकताव? आता मुक्कामाला आलतऽ आता नितरास झालावऽ आता हूं दे म्होरं...''

''आता कुठपातूर सांगितलाव माझ्या बी ध्येनात याया कठीन दिसताव...''

विष्णूदादा.

"बिरुदेवानं साताच्या चौदा मेंढ्या केल्या हिथपातूर सांगीटलं म्हनावा." हळूच सुर्वंता म्हणाली.

"बायलीऽ मलबा तुझी तं बायकू लई हुशार दिसतीवऽ नेमकं ध्यानात ऱ्हायलाव हां,' विष्णू म्हणाला तशी ती लाजली.

जाळाच्या उजेडात तिचं गोरेपण उठून दिसत होतं. गोल चेहरा, सरळ नाक, मासोळीगत डोळे, ओठांच्या पाकळ्या विलगलेल्या अन् जवानीनं गालावर टमाटे, पदराखालनं जाणवणारी भरगच्च गोलाई, पाहणारा क्षणभर दिपून जाई.

विष्णूदादा तिच्याकडे पाहतच पुढं बोलू लागला, "हां, तर गिरवली गावच्या दोन बंधूंपैकी एकाकडे ज्याची वढाताण व्हती त्याच्याकडे बिरुदेव गेल्यालंऽ हां! बराबर!"

"बराबर, साताच्या चौदा मेंढया-" मल्हारी तिच्याकडे बघत म्हणाला तशी सगळीजण हसली. अर्थ लक्षात येऊन सुर्वंता लाजली. पदरानं तिनं तोंड झाकलं. कुणीतरी विझत आलेल्या शेकोटीत पाचटाची मूठ टाकली. धूर होऊन थोड्या वेळानं जाळ झाला.

विष्णूदादानं पुढं सांगायला सुरुवात केली, "संजीवनी मंतर टाकून बिरुदेवानं साताच्या चौदा मेंढया केल्या. रात झालीव म्हणून बिरुदेव तिथंच जंगलात राहिलवऽ सकाळी उठून बाई गेली रानात, ते कोकरी मेंढ्यांना लावतेत, गोवऱ्या, सनकडी वेचतेतऽ हिंव वाजतंयऽ सुर्व्या उगवलाय, दूध कहाडलं, मेंढ्या पाहून खूश झालीवऽ काळजी होती ती आनंदी झालीवऽ

"बिरुदेवानं विचार केला, वाढाव करावा का? आसंच चौदा मेंढ्या घेऊन रानात निघालेत. त्या टैमाला, एका ठिकाणी रानात मराठ्याचा नांगूर चालत होता. बिरुदेवानं बघिटलं, बांधावं वारुळ होतं, वारुळाला नांगूर लावू नका, पडाक पडल थोडं थांब म्हनालेऽ"

"मंग म्होरं?" एकजणानं हांऽ हूं करीत विचारलं.

'पडाक पडल, थोडं थांब म्हनाले आन कुरपामावाचा भंडारा वारुळावर फेकला. तशी वारुळातून मेंढरांची हरमळ लागली. शेपाचशे मेंढरू बाहेर आली म्हनावा.'

"आं? आर तिच्याबायलीऽ"

"मंग त्यो मराठ्या काय न्हाय बोललाव? दीप झाला आसंल मनी?"

"तं? तो मनी दीप झाला. बिरुदेवानं त्येला बी मेंढरं घेऊन जाया सांगिटलं. घरी आली. भावानं विचारलं, "आरं ही रं काय लोंपाट? तं बिरुदेवानं सांगिटलावं, एका मराठ्यानं मज ही सांभाळाय दिली, पर म्या म्हटलाव दिवसाच्या पाच वाजूस्तवर सांभाळीन ततनं म्हारे तू न्हाई आला तं तुझी नव्हत ही मेंढरऽ म्या पार

दीस मावळस्तूवर बसलुऽ ऐ बाळू पोट्या, वळीव ही मेंढरंऽ मेंढरांचा बारदाना चिकार झालावऽ मग बिरुदेवानं बघिटलं, वढ्याच्या वर एका कडंला एकाची जिमीनऽ जवारी तं अशी बसल्यालीऽ बाबानु एकेका ताटाला कोंबडं बांधलाव जनुऽपर त्यो सा म्हैन्यांचा दुखणकरी. कोपीतनं काय हलता येयना त्याला आन त्याची अस्तुरबी म्हातारी. मग बिरुदेवानं त्याहानला इचारलं, "काहो बाबा, जवारी तं काहाडली आली? आता काय करावं बाबा मी असा सा म्हयन्यांचा दुखणकरीऽ कुनाला लावावा?" मग बिरुदेव त्या भावाकडे जाऊन म्हनाय लागलं,

"बाई बाईऽ दाजी फलाण्या मराठ्याची जवारी काढायची हाव, येता का? जावू आपूनऽ" तं थ्यो भाव कसा म्हनतो, "ह्यो पोट्या आमास्नी काम सांगाय लागलाव." पर बाईला ह्येची हुनक घावली होती. जवारी काढाय गेली, पाचुंदे काहाडले, पोत्यानं उचलू लागला, त्याला कुठे उचलतंय, बिरुदेवाना बोलावलं. बिरुदेवानं सांगितलं, "चौदा वव्याची चोप घेऊ ये." घोंगड्या चोप घेऊन वावरात आला. कुरपामावाचा भंडारा पसर केली. आळं घेतलंऽ चोप हाथरली, गाडीचा हेल रचला आन तेव्हढा हेल टकुऱ्यावर घेऊन घरी आणून टाकला."

"काय बा आक्रीत!" सुर्वंता पट्दिशी बोलून गेली.

जाळ विझला होता. कुणीतरी इकडेतिकडे फिरून पाचट गोळा करून आणली, मूठमूठ टाकल्यावर परत मोठा जाळ झाला.

"आसं करीत करीत बिरुदेवानं त्या भावावं मोठी कुरपा केली बाबानु..."

"म्हंजी झाली का काय गोठ, दादाऽ"

"अगो बायोऽ मी सांगाय बसलू तर आठरोज संपाबिंपायची न्हाव परऽ" आऽ आऽ य भली मोठी जांभई देत विष्णूदादा म्हणाला, तसं सगळ्यांनाच झोप ताटकळल्याची आठवण झाली.

"चल ये भौ ऽ सक्काळचं उठून लौकर कोपीच्या नादाला लागलं तं खरं हावऽ"

सगळी पांगली. जाळ विझून गेला.

ताबडं फुटायच्या आधी तळाला जाग आली. कारखान्यावरचं वातावरण शांत होतं. खराड्यासारख्या चाळीतनं अजून जाग नव्हती. कारखान्याचे, रस्त्यावरचे दिवे अजून पेंगूळत का होईना प्रकाशत होते. आजूबाजूच्या उसाच्या फडांमुळे गारवा भरून राहिला होता. क्वचित कॉलनीतून 'दूऽध' अशी हाळी ऐकू येई. एखाददुसरी बाई उठलेली दिसे. अंगण झाडत असे. एखादा कामगार गडी डोक्याला मफलर बांधून, अंडरपॅन्टवरच डबडं घेऊन संडासकडे जाताना दिसे. नाही असं नाही; पण एकूण कॉलनी सारखझोपेतच होती. गाडीतळावर मात्र धांदल होती. बायकांनी चुली पेटवल्या होत्या. दिवसाच्या भाकरी बडवल्या म्हणजे तो आणखी गुत्ता नको. नितरासीनं काम करता येतंय. गडी माणसं बैलांना वैरणकाडी बघत होती. बाहेर

झाड्याला जाऊन परस्पर फाट्यावर तोंड धुवायला, अंघोळीला जात होती. कित्येकजण अंघोळ न करता हातपायच धुऊन येत होते. ते कोप तयार झाल्यावरच अंघोळ करणार होते.

हळूहळू चांगलं दिसायला लागलं. उजाडलंच. वर्दळ वाढली. दूध घालणारे, पावबटर विकणारे सायकलवरून कॉलनीत घुसू लागले. माणसं ये-जा करू लागली. पोरं मधल्या रस्त्यात खेळ मांडू लागली. उघड्यावर चड्ड्या काढून विधीला बसू लागली. बऱ्याच जणांनी बिड्या फुकत संडासपुढे बाऱ्या लावल्या.

अमनधपक्या भोंऽ असा मोठा आवाज करत भोंगा झाला. काहीतरी करत आपल्याच नादात असणारी सुर्वंता लट्कन हलली. चांगलीच दचकली. मल्हारी गाडीतनं काहीतरी खाली काढत होता. दोन पायांवर बसलेली सुर्वंता दचकलेली त्यानं पाहिली अन् हसत त्यानं विचारलं, "काय झालाव?"

"न्हायऽ यो काय वराडलं वो? गाढवावानीऽ मला तं वाटलं माझ्या मागे तं न्हाय वराडलं?"

"कारखान्याचा भोंगा म्हणतावंऽ आता ह्यो कायतर बग सात-साडेसातचा झाला म्हनावाऽ असं टैंबशीर भोंगं हुतावऽ तं कामावन्नन घरी यावचा, जावचा."

"हां हां बयाऽ काय दचकाय झालं वो."

मग मुकादमानं त्यांना सगळ्यांना नेलं. जरा वेळानं तट्ट्या, काथ्याचं बंडल सगळं घेऊन कलाकला करीत मंडळी तळावर आली. सगळ्यांनी शेवऱ्या, तट्ट्या असं सगळं जोडून कोपी उभ्या करायला घेतल्या. ओळीनं टोपडं घातल्यागत कोपी उभ्या राहिल्या. प्रत्येकानं समोर बैलांसाठी चारी बाजूला शेकऱ्या रोवून चौकोनी मांडव तयार केला. सप्पय जागा सोडली. शेणगळाठा टाकण्यासाठी, कुणाकुणाच्या म्हशी होत्या त्यांचीही सोय लावण्यात आली. मल्हारी अन् सुर्वंतानं बरंच खपून कोप तयार केली. काथ्यानं चांगली आळपली. पुढं मांडव केला. म्हसरुफिसरु त्यांना नव्हतं. गाडीतनं पेटी उचलून आणून आत ठेवली. पाटावरुटा खाली घेतला. पाण्याची घागर, विळी असं काहीबाही सगळं गाडीतून काढलं. बाजरीचं पोतं खाली घेतलं. बादली दारात ठेवली. उरलेला कडबा, सरमाड, कोपीला उभं करून लावलं. तट्टा सोडला, तोही नीट गुंडाळून दोरी बांधून आत ठेवला. वाकळ, घोंगड्या आत नेऊन ठेवल्या. मांडवाला अन् कोपीच्या एका शेवरीला जाड सुताची एक दोरी बांधली. तिच्याचवर त्याची कोपरी, धोतार, तिचं लुगडं असं सगळं ठेवून दिलं. एकूण कोप आता सजली. घराचं रंगरूप तिला आलं. बघता बघता अस शंभरेक संसार त्या उघड्या गाडीतळावर सजले. वाडी वसल्यागत आता दिसू लागलं. बायका हिकडंतिकडं, आत-बाहेर करू लागल्या. गडी माणसं निसऱ्याचा दगड घेऊन विळा, कोयती शेवटू लागले. कानस असंल ज्याच्याकडे ते कानशीनं धार

लावू लागले. गाडीतळ बसलेला बघून शिंगं तासणारे, बैलाला डुकराचं तेल पाजणारे वैदू, बाटल्या भरलेल्या पिशव्या काखेला अडकवून तळावर हिंडू लागले. ज्यांच्या बैलांच्या पत्र्या निखळल्या होत्या ते लव्हाराच्या कोपीकडे जाऊन लव्हारानं आपलं दुकान टाकलंय का नाही ते बघून येऊ लागले. लोहारानं भात पुरला, शिंप्यानं उघड्या छपरातच मशीनं उभी केली आणि मुकादमाच्या दुकानाला लागूनच पटकूर टाकून सोपाना न्हाव्यानं धोकटी खोलली. सुतारानं पहिल्यांदा मोठा ओंडका भुईत रोवून घेतला अन् त्या मेटाच्या सुमकत मग कोप तयार केली. कानावर पेन्सिल ठेवून वाकसानं उगंच ठाकठोक करू लागला.

मुकादमानं मग आपल्या पुढ्यातल्या पंचवीस-तीस गाड्यांना शेतकी अधिकाऱ्यांकडून नंबर देऊन घेतले. कारखान्याची पाटी प्रत्येक गाडीच्या बावकडाला लावली. एकजण नाव अन् नंबर घेऊन गेला.

उद्यापासून तोडणीला सुरुवात होती. कारखान्यात गडबड होती. साफसफाई चालली होती. सीझनपुरतं येणाऱ्या कामगारांनी गर्दी केली होती. उद्या ऊस तोडणी म्हणजे परवा गळीत हंगामाचा शुभारंभ. कोणीतरी बडा पाहुणा येणार होता. कदाचित मंत्री असावेत. धापाच कमानी पण उभ्या करायचे काम चालले होते. झाडांवरनं छोटे छोटे दिवे सोडून रोषणाई करण्याचेही चालले होते. पाण्याचा टँकर रस्त्यावरून पाणी मारत होता. झाडलेली धूळ खाली बसत होती. इकडे पाऊस कमी होता. अलीकडच्या चारदोन दिवसांत नव्हताच. तरी संपूर्ण रान हिरवेगार होते. त्याला आलेले उसाचे फड वाऱ्यावर डोलत होते. साळ हायब्रीडची रानं, भाताचा, पावडरीचा वास फैलावत होती. एका बाजूला कारखाना, त्याच्यासमोर ऑफिसची भव्य इमारत, त्याच्या बाजूला थोडीशी दिनार कॉलनी. कारखान्याला लागून साखर ठेवायची प्रचंड गोडाऊनं, पलीकडे थोड्याशा टेकडावर बागबगीचा, त्यात रामाचं देऊळ, समृद्धीची दाट साय परिसरावर पसरलेली. सुर्वंताचं मन फुलपाखरू होऊन नाचू लागलं. तिनं मल्हारीला विचारलं, "देऊळ दिसताव थ्या तिथंऽ"

"हां रामाचं हावंऽ मोठी मुरत झकास हावऽ राम, शीता आन लक्षुमन बी."

"यायचं दर्शनाला?"

"आं? खुळी का काय तूऽ अजून हिथ्थडली समदी वेवस्ता व्हावी का नाय? आता कोप तं झाली म्हना; पर पोटापाण्याची..म्हंत्यात ना आधी पोटोबा मंग विठूबा."

तिलाही इतका वेळ कामाच्या नादात भुकेची आठवण नव्हती झाली. दिवस बराच वर आला होता. भोंगा होऊन कारखान्यातले मळक्या कपड्यांतले, मळक्या हाताचे कामगार केव्हांच खुराड्यात गेले होते. पण तिला जेवणापेक्षा देऊळ कधी बघेन, टेकडीवरच्या बागेतनं कधी चक्कर मारीन असं झालं होतं. जत्रंत एखादं अजाणतं पोरगं चक्रावून सगळ्या जत्रेतून भिरभिर हिंडतं तसं तिला चौफेर फिरावं

असं वाटत होतं. सगळा कारखाना बघावा, ऑफिस बघावं, टेकडीवरून सगळा परिसर न्याहाळावा, बाजारपेठेत जाऊन दुकानं पहावीत, वाटल्यास गरम गरम शेवची पुडी घेऊन कोपीवर येऊन कुरूकुरू खावी.

मग ती म्हणाली, "हौवं? आसं करावाऽ"

"कसं?" मल्हारी तांब्या घेऊन हात धूत म्हणाला.

"आपून थ्या रामाच्या देवळातच भाकरी खावू वोऽ"

"रामाच्या देवळात?"

"का? काय झालावऽ?"

"नाय, खाया काय कुनाच्या लोकांच्या तं भाकरी नाय खातावऽ खरं पर आपली कोप सोडून-' तो कुरकुरला. खरं म्हणजे सगळ्यांच्या देखत दोघानंच शहरातल्यावाणी भाकरीचं गठूळं घेऊन तिकडं बागेत जाऊन खायचं त्याला कसंतरीच वाटतं होतं. शिनपैकी गाडीवान टिंगल केल्याशिवाय राहणार नाहीत हे तो जाणून होता अन् ते हिला कसं जाणवावं या कोड्यात तो होता.

"आता फडात जायाचं ना ऊस तोडाय्?" ती म्हणाली.

"हांऽ हां! उद्यापासून आपलंऽ रहाटगाडगं चालूच की!"

"मग उद्या कोन कोपीला राखन बसनार म्हनावा? तुम्ही की मी?"

तिनं वकिलागत प्रश्न टाकला. अन् त्याला काही बोलता येईना.

"नायऽ पर इथं आपल्या कोपीत खाल्लेली बरी दिसतावऽ बैलठोरं हिथंऽ आन आपून तिथं भाकरी खातवऽ मानूस कानूस देवदर्शनाला येतावंऽ मला तं उगं कसंतरी वाटताव बयेऽ आपून भाकरी खाल्यावं जाऊ."

मग ती काही बोलली नाही. मुकाट्यानं पितळ्या घेऊन तिनं जेवण वाढलं. कोपीच्या तोंडाशी तो खाली मान घालून, एक हात मांडीवर सरळ ठेवून भाकरी चवीनं चघळू लागला. मधूनच भाकरी घेऊन मांडीवर ठेवी, लागेल तशी पितळीत घेऊन खाई. जेवणं उरकली. धोतराच्या सोग्याला तोंड पुशीत हाऽ हू करीत तो बाहेर पडला. तिनं दोन्ही पितळ्या खंगाळल्या. पेटीत ठेवून दिल्या. वर काय राहिलंय का बघितलं. पेटीला कुलूप लावलं. किल्ली कमरेच्या पिशवीत टाकली. दोन्ही पायांवर काष्टा घातला होता तो मोकळा सोडला. निऱ्या धरून फडफडवल्या, लुगडं मोकळं केलं, केसांवरनं उगच हात फिरवला. परत चांगला काष्टा घातला अन् ती बाहेर आली.

"बायलीऽ कोयता घासायचा राह्यलावचऽ तुहा इळा बी बघावा लागंलऽ"

आता पण तो जायला अळमृटळम् करतोय हे तिच्या ध्यानी आले. ती फट्‌दिशी म्हणाली,

"उगं आता काय तं कांगावा करू नका ऽ देवाच्या दर्शनाला असं करू नायऽ"

“नाय कुठ तं म्हणतावं मीऽ पर आपली आठवण केलीऽ”

“बघू म्हणावा कडूसं पडताना!”

“कडूसं पडताना?”

“आवो, आता आल्याबरुबरऽ तुम्ही तं असं हावं...”

तिनं झक्कपैकी मुरका मारला. सुर्वंताच्या तशा त्या मुरकण्यानं मल्हारीच्या काळजात कसंतरीच झालं. तो थरारून गेला. तिच्या त्या आगळ्या सौंदर्यानं सुखावून गेला. काम जवळजवळ झालं होतंच. बैलं निवांत रवंथ करीत बसली होती. कोप तयार झाली होती. पाणी आणलं होतं. गाडीचं काहीही कमी-जास्त नव्हतं. धावा ठाकठीक होत्या. कोयतं तसं बरं दिसत होतं. तसं घसाघसा एक पाच मिनिट घासलं तरी भागणार होतं. तळावरचे कुणीकुणी सहज बाहेर पडलेच होते. ज्यांचा बारदाना जास्त होता, म्हशी होत्या, पोरंबाळं होती ते मात्र कालव्यात गुंतले होते. त्यांचा ठावठिकाणा, बस्तान अजून बसायचं होतं. मल्हारी निघाला. सुर्वंता त्याच्या मागून निघाली. जाता जाता मंजुळेला तिनं हाक मारून कोपीकडं ध्यान ठिवाय सांगितलं. तळावरून बाहेर पडता पडता शिरीमंता भेटला त्याला मल्हारीनं बैलांकडे नजर ठेवाय सांगितली. सुटलंबिटलं तर बांध म्हणाला, मारकं नाहीत..

मग ती दोघं कारखान्याच्या बाजूच्या रस्त्याने चालत फाटा ओलांडून पुढे आली. टेकडीला वळसा मारून फाटा येत होता. फाट्यावरचा पूल ओलांडला की वर जायचा रस्ता सुरू होत होता. ती टेकडीवर चढू लागली. चांगल्यापैकी पायऱ्या केल्या होत्या. निरनिराळी झाडे लावली होती. वळणावळणाच्या पायऱ्या, आंबा, चिंच, बदाम, सुरुची झाडं, वर देऊळ. वरच्या पटांगणात एक कारंजं, त्यातून वाहणारं पाणी बागेत खेळवलेलं. त्यांनी दोघांनी देवळात जाऊन दर्शन घेतलं. डोळे मिटून, हात जोडून पाया पडली. बाहेर आली. बागेत कोन साधून सिमेंटची बाकडी टाकली होती. इकडे-तिकडे बघत ती दोघं हळूच एका बाकड्यावर टेकली.

“काय मागितलाव देवाकडं?” तिनं हळूच विचारलं.

“तू काय बोलली?” त्यानं आलकटपालकट घालत विचारलं.

“पयलं तुम्ही तं सांगाऽ”

“वळख...”

“जाऊ द्या बयाऽ” ती परत लाजून हसली.

“......” तो नुसता तिच्या तोंडाकडे पाहत राहिला. मावळतीची किरणं तिच्या गोबऱ्या गोऱ्या चेहऱ्यावर पडली होती. लाजेनं चेहरा लाल झाला होता...

“सांगा की वं काय मागनं घाटलाव?” ती म्हणाली.

“माझ्या हरणीला गोऱ्हा हुं दे म्हनलाव.”

“या बयाऽ” ती चित्कारली. बाजूला सरली.

खालून दोन-तीन माणसं वर चढून येताना दिसली तशी ती दोघं सावरली. ती उठून बागेतून खालचा परिसर न्याहाळू लागली. कारखाना समोर दिसत होता. चाळी, रांगेनं एसटी गाड्या उभ्या कराव्यात तशा दिसत होत्या. लांब माळवदी, कौलारू छपरांची घरे असलेले गाव दिसत होते. गावातल्या शिखराचा कळस चमकत होता. टेकडीच्या गळमाळाला एक टुमदार बंगला दिमाखानं उभा होता. आजुबाजूला सुरूची, पामची झाडं दिसत होती. फिकट निळसर रंग उसाच्या फडाच्या पार्श्वभूमीवर त्या बंगल्याला शोभून दिसत होता. बंगल्याच्या आसपास पाचसात कोपटं होती. बंगला कुण्या बड्या बागायतदाराचा दिसत होता. तिनं हळूच त्या बंगल्याकडे बोट दाखवलं,

"कुणाची बरं हो माडी?"

"थी व्हय? हिथ्थऽ ला मोठा कुणबी हाय म्हनावाऽ ह्या कारखान्याचा काय तं ... डायरेक्टर का त्यो बी त्यो हावऽ"

"आसं? मंजी मालकच म्हना की कारखान्याचा!"

"मोठमोठं बागायतदार असताव बाई या भागातऽ नुस्तं उसाचं फडच्या फड, पऱ्हाटी काय इचारू नगस..."

ती त्या समृद्ध वस्तीकडं आसुसलेल्या नजरेनं पाहत राहिली. तिच्या डोळ्यांसमोर आपली वाडी आली, दरिद्री घरं आली, धुळभरले रस्ते, पडकी खिंडारं, आपला लक्तरलेला संसार...अन् हे टापटिपीचं, ऐश्वर्याचं...शहरातल्यावानी राहणं, बक्कळ पैसा, दारात टोरिंग, फटफट्या, कोंबड्यांची देखणी खुराडी, गाईबैलांचे पत्र्याचे गोठे, एक का दोन... ती पाहतच राहिली. आपल्या अन् इकडच्या भागातल्या शेतकऱ्यांची तुलना करीत ऱ्हायली. मल्हारी तिच्या विचारानं भारलेल्या चेहऱ्याकडं खुळ्यासारखा बघत राहिला.

खाली अंधार पसरू लागला होता. लक्कन् दिव्यांची माळ झगमगू लागली, घराघरातून चौकोनी प्रकाशाचे तुकडे दिसू लागले. समोरच्या त्या बंगल्याच्या माथ्यावरची तांबड्या अक्षरांतली नावाची पाटी झगमगू लागली. फाटकावरचे भिंतीत उभे असलेले निऑनचे दिवे दुधीया प्रकाश टाकू लागले, चित्तबावऱ्या नजरेनं सुर्वंता ही नवी नवलाई पाहत पाहत पायऱ्या उतरू लागली...

पाच

“दोन टैंबाच्या आताच भाकरी टाकून घेऽ” मल्हारी तिला म्हणाला अन् निसण्याचा दगड घेऊन कोयत्याला धार लावू लागला.

“काऽ फाटचं नाय जमताव?”

“हा हा गऽ अशानं आपून धंदा करणारऽ त्वांडाला त्वांड दिसताव ना दिसताव तं निघावा लागतंयऽ आताच थोडं बेसन आन चार भाकरी टाकन घी म्हन...”

“बरंऽ” ती तयारीला लागली.

“आवो...”

“का? आता आनी काय तुझी कटकट! वाइच कोयता तं नीट लावून घेऊ दीऽ अजून गाडीचं कोंबडं बसवायचं हावतऽ”

“न्हाय मी काय म्हणतावऽ मुकादमानं दुकान चालू केलं असंल तं थोडं गोडंत्याल आन मीठ आनताव?”

“आताऽ काय झालाव कुनास ठावकऽ आपुन गेलू राजाराणीवानी फिरायऽ आता या टैंबाला बाबा उधार देताव का न्हाय...” तो उठला.

“नसंल तं रोख आनाऽ”

“रोख आनाऽ पैसा हाय कुनाजवळ!”

“आता एवढं बी न्हायत-?”

“बरं बघा जावाऽ फोडणी तं होईल का न्हाय-” ती बाटली निथळत म्हणाली.

मल्हारी बाटली घेऊन मुकादमाच्या दुकानाकडं गेला. मुकादमाची दुकानाची मांडामांड चालूच होती. म्हणजे हे पोतं तिकडं ते पोतं ह्याच्यावर वगैरे. चारपाच जण ते कौतुकानं न्याहळत, बिडी ओढत बसले होते. बारकी पोरं शेंबूड मनगटाला पुशीत पाच धा पैसे घेऊन कुठे गोळ्या द्या, चिक्की द्या, असं म्हणत होती. गाडीवानांचं चाललं होतं, कुठ्ठऽला फड मिळालायऽ कोनच्या बाजुला हावऽ मुकादमानं हे दुकान टाकून चांगलं केलावऽ

मल्हारी आत जाऊन उभा राहिला.

"काय थोरवे पाटीलऽ" कुणीतरी चेष्टेनं म्हणलं.

"कश्शाचं पाटील, भौऽ पाटील असतं तं हिथं असं म्वॉलमजुरीवं कश्याला आला असतावऽ" मल्हारी बाटली पुढे करीत म्हणाला.

"काय? गोडेतेल?" मुकादम बाटलीकडं पाहत म्हणाला.

"हां, आन थोडं मीठ बी."

"पैशे आनल्यात?"

"....."

"आं? दिवाबत्तीच्या टैमाला उधार? असल्या भवानीच्या-लक्ष्मी यायच्या टैमाला न्हाय मिळणार! आन असं कसं होऽ? तुमचं पयल्या दिसापास्न झालं चालू...मुकादम त्याल द्या, मुकादम पेंड द्या..."

"मुकादम, आता का येक डाव न्हिऊन टाकलाव की धंद्याकडं नितराशीनं बघता येताव! जरा हरमळ टळूस्तर बसताव! आन भवानी झाली की द्या म्हन! पर आता पैसा कुठऽ नं येनार? तुमी तं आपल्या हातांनी देनार आन घेनार. का भौऽ"

"नाय ती बी खरंच हाव भौ..." एकजण बिडीचा लांब झुरका घेत म्हणाला, "पर आपुन बी ऊस चांगला लागताव म्हनुन मुळापत्तूर खाऊ नी भौऽ" ह्याला मुकादमानं बिडी ओढायला दिलेली दिसतेय.

"आता ह्यात काय मुळापत्तूर खाल्लाव भौऽ वाटतनं समदं त्याल उडलावऽ आता भाकरी बेसन केलं म्हणजी फाटचं आपलं धंद्याला लागाय बरं असतावऽ"

"न्हाय, पर पैल्या दिसापास्नं उधार म्हनलं की... माझं तं काय जातव? मी माल आणलाव तं काय ठिवायसाठी? पर एळकाळ बघून यावाव.. आना, किती पायजेल?" त्यानं बाटली हिसडून घेतच विचारलं.

"आता कायऽ द्या पावशेरेकऽ बसताव का नाय कुनाल दकल! अन् मीठ एक अर्धा किलू-"

तेल घालता घालता मुकादम म्हणाला, "फडचिठ्ठी मिळल्याव? कुनाचा फड ती कळलं का? लौकर निघाऽ फाटंच!"

"कळलं की... आता भाकरी खाऊन येतावय की आन काय समद्याबरुबर निघल्याव जातयच की ठिकान्याला? न्हाय का भौ " मल्हारी त्या टोळक्याकडे बघत म्हणाला. सगळ्यांनी माना हलवल्या.

"आता पहिलं खातंदार झाला तुम्ही थोरवेपाटीलऽ ओपनिंगच ह्यांच्या हस्ते म्हनावा-" मुकादम मोठी वही काढून त्यात टिपत म्हणाला.

"कितीक पैशे म्हनाचा?"

"आताबा! मी काय जास्ती बिस्ती नाय लिवत... आता गोडेतेल एक पावशेर ना-हां त्याचेक पाच रुपय आन मिठाचे चाळीस पैसे..."

"गोडेतेलाचं पाच रुपय?" मल्हारीनं विचारलं.

"जास्त नाय बाबाऽ बाजारात जाऊन बघाऽ भौ गोडत्याल आमीच आनताव सत्राठा रुपयानंऽ तरी बरं एकदम करमाळ्यावन आनलाव म्हनून न्हायतर काय खायची सुई नसती ऱ्हायली."

"काय असंल ती खरं!" पुटपुटत तो कोपीकडे आला.

सुर्वंतानं भाकरी टाकल्या होत्या. गोडेतेलाची बाटली घेऊन तिनं फोडणी केली. बेसन टाकलं. तो बैलांपुढं सरमाड वगैरे आहे का बघू लागला.

शेवरीच्या दोन दांड्या काढल्या होत्या त्या जुवापाशी उभ्या बांधून घेतल्या. कोंबडा तयार झाला. मग मागं घोडक्यावर पाळणा केला. अशानं मागंम्होरं उसाच्या मोळ्या बसतेत, ट्रक भरल्यासारखी थापी लावता येतीय्, नावेसारखी गाडी दिसतीय, झोले खात नाही. त्याला हे काम बराच वेळ पुरले. मग जरा वेळानं तांब्या घेऊन हात धूत तो म्हणाला,

"करावी ताटं, उंद्या पुन्हा फाटंच उठावा लागतावऽ"

तिनं चट्दिशी पितळ्या घेतल्या. भाकरी वाढून घेतल्या. दोघांनी इकडच्या तिकडच्या गप्पा मारत जेवणं उरकली. मध्येच घराकडची आठवण काढून झाली. जेवणं होताच वलणीवरची वाकळ घोंगडं घेऊन झोपायची तयारी केली.

तळाला भल्या पहाटे जाग आली. ज्या त्या मुकादमाच्या गाड्या हाका मारून एकत्र येऊ लागल्या. पट्दिशी एक एक गाडी बाहेर निघू लागली. मल्हारीच्या पुढ्यातल्या गाड्याही तयार झाल्या. कोयतं, इळा घेऊन त्यानं गाडी जुंपली. फडक्यात भाकरी, पाण्यासाठी बारीकशी केळी घेऊन सुर्वंताही गाडीत चढली. अंधारातच तिनं कोपीकडे पाहिलं. तसं चोरण्यासारखं वर काय नव्हतंच. मुकादमही इतक्या पहाटेचा उठला होता. मधूनमधून बॅटरी मारून बोलत होता. मुकादमाच्या पुढ्यात सोमनाथ मेम्बर होता. मेम्बरचं काम गाडीवानांना फड दाखवणं, फडचिठ्ठी जपून ठेवून मालकाचा ठिकाणा लावणं, काट्यावर व्यवस्था करून गाड्या नंबराला नीट लावणं वगैरे. मुकादमाच्या विश्वासातल्या माणसाला मेम्बर करण्यात येई. त्यामुळे मुकादम निर्धास्त असे.

"मेम्बर, कामात हयगय करू नगाऽ -निघा जल्दी- मुळेभौच्या गाड्या गेल्यासुदीक-" बॅटरी इकडेतिकडे फिरवीत मुकादम घाई करत होता.

गाड्या हळूहळू बाहेर पडल्या, चालू लागल्या. अजून अंधारच होता. पुढचं नीट दिसत नव्हतं. रस्त्याच्या आजूबाजूच्या झोपड्यांतून जाग नव्हती. मधूनच एखादं कोंबडं खच्चून बांग देई. बाकीचे कोंबडे त्याला प्रतिसाद देत. हवेत गारवा होता. दोन्ही मांड्यांच्यामध्ये केळी धरून अंगावरून धडपा घेऊन मुटकुळं करून सुर्वंता बसली होती, अंधारात मिटीमिटी बघत. मल्हारी पुढे बघून गाडी हाणत

होता. बराच वेळ गाड्या चालल्या. हळूहळू फटाटलं. कावळे कावकाव करत डोक्यावरून उडून जाऊ लागले. आसमंताला हळूहळू जाग येऊ लागली. आळोखेपिळोखे देत परिसर जागा होऊ लागला.

रस्त्याच्या कडेलाच एका फडापाशी गाड्या थांबल्या. हिकडंतिकडं बघत मेम्बर खाली उतरला. जरा पुढे चारदोन कोपींची वस्ती होती. त्याच्या मागं पत्र्याचा मोठा इमला होता. अंगणातली ट्यूब अजून भगभगत होती.

"हिच दिसतावऽ" ती पुटपुटली.

तोपर्यंत सोमनाथ त्या वस्तीकडे गेला होता. खांद्यावर आसूड टाकून. सगळ्यांनी फडाच्या बाजूला पडीक रान होतं त्या पडकात गाड्या घेतल्या. कानाभोवती मफलर गुंडाळलेला आणि हातात परसाकडेचं डबडं घेतलेला मालक अन् सोमनाथ गाड्यांकडे आले.

"आयला काय झोपता बिपता का न्हाय रं? कवाशीक निघाला व्हता कारखान्यावर्न?"

"झोपून भागताव, मालक? धंदा व्हाया पायजे."

"लेकानु पर आज फडाला सुरवात म्हणजे काय पूजनबिजन नको कराय्? भात लागलं, निवदनारळ तर व्हाया पायजेल."

"उरका उरकाऽ काल सूचना दिऊन गेलताव का न्हाय चीटबाय."

"आरं मस गेला हुता परं...काय सकाळचं आंगूळ अष्ट्यान उरकाय् नको... का आपलं तसंच खरकाट्या अंगानं करतु पूजा?" मालक असं चाबरट बोलल्यावर मेम्बर गप्पच राहिला. बायका पदराआड खुसुखुसल्या. मग तो तरातरा डबडं घेऊन लांब उसांत दिसेनासा झाला.

"घ्या भाकरी तं खाऊन..." कोणीतरी म्हणलं अन् मग सगळ्यांनी गाडीतच भाकरी सोडल्या. दिवस नुकताच उगवत होता. चिमण्या किडे, मुंग्या टिपत होत्या. व्हले झाडाझुडपातनं फिरत होते. उसातून भोरड्यांचा कालवा ऐकू येत होता. ओढ्याच्या बाजूनं चित्तूर ओरडत होते. सुर्वंतानं विहिरीवर जाऊन केळी भरून आणली. दोघांनी थोडी थोडी भाकरी खाल्ली. राहिलेली फडक्यात बांधून नीट ठेवली. सगळ्यांचं उरकंस्तवर मालक गुलाल, नारळ, दहिभाताचं घेऊन आला. कोयती, विळे बांधावर मांडून झाले. दगडाचा देव केला गेला. उसाची पाणी घालून पूजा केली. विळ्याकोयत्यांवर गुलाल टाकला. नारळ फोडला. मालकाच्या गड्यानं फडाच्या चारी बाजूनं भात इसकटला. नमस्कार करून मालकानं पाच ऊस तोडले. सोमनाथच्या हातात कोयता देत तो म्हणाला, "नीट खालनं बुडकं धरून तोडाऽ वाड्यात कांडी घालवू नका. न्हायतर आपल्याइतकं वाईट न्हाय कुणी."

एकजण नारळ फोडून खोबऱ्याचे तुकडे करत होता. खोबऱ्याचा तुकडा

तोंडात टाकत तो म्हणाला, ''त्याची का काळजी करताव मालक? आम्हाला बी वजनाची काळजी हावऽ''क

''बरं, चला आताऽ नका टैम लावू' म्हणल्यावर सगळ्यांनी पाता धरल्या. खपाखपा कोयत्याचे घाव पडू लागले. सवळायला उसाचा ढीग मागं पडू लागला. कमरेभोवती धडपा गुंडाळून बायका कोयत्याच्या मागं विळा घेऊन सवळायला लागल्या. सुर्वंताही फडात शिरली. तिची पहिलीच वेळ. ती बिचारी बावरून गेली. दुसऱ्यांचं बघून सवळू लागली, चाचपडू लागली, तशी शेजारची मंजुळा म्हणाली, ''काय बावरायचं गं बाईऽ हे बघ हांऽ आंग अशी.''

हळूहळू वाड्याचं कांडं कुठून तोडायचं ते तिच्या ध्यानात आलं; पण वाढ्यानं मोळ्या बांधायचं जमंना तसं कोयता काखोटीत मारून मल्हारी मागं येऊन तिला मोळी कशी बांधायची ते शिकवू लागला. तिची तिरपीट उडाली. पात मागं पडत चालली होती. पाचटीवरून पाय घसरत होते. वाढ्याच्या कुसीनं साऱ्या अंगाला खाज सुटली होती. भराभर मोळ्या बांधणं भाग होतं. कामाची सवय नसल्यानं ती लौकरच पाकळून गेली; पण मान वर करायला सवड नव्हती. कुणी बोलत नव्हतं का मागे-पुढे पाहत नव्हतं. तोडणारे भराभरा ऊस तोडून ढीग मारत होते आणि त्यांच्यातल्या त्यांच्यात जुजबी बोलत होते. बायकांच्या मात्र माना वर नव्हत्या.

ज्यांच्या मोळ्या उरकत होत्या ते पट्दिशी गाडी भरत होते.

ती मागं पडली. ऊस सवळणं आणि मोळ्या बांधणं तिला उरकेना. एखादी मोळी मोठी तर एखादी एकदम लहानच होई. मग ती मोठी करावी म्हणून ती परत सोडी. ऊस सवळू लागे. मग मल्हारी मदतीला आला. तिला फक्त ऊस सवळून मागं टाक म्हणाला. तो वाढ्यानं मोळ्या बांधू लागला. अजून पाष्टाचा हारा लावायचा होता. वाढे वेचून भेळे बांधायचे होते. या धबडग्यानं तिचा इवलासा ऊर दडपून गेला. काय काय करायचं अन् कसं उरकायचं? बायका नुसत्या चवळीच्या शेंगेगत लवत होत्या, सवळत होत्या, मोळ्या बांधत होत्या. वाढ्याचेही भेळे बांधून ढीग लावत होत्या. विळ्यानं पांचट हाऱ्यानं बाजूला लावत होत्या. तिची मान, पाठ भरून आली. कुसीनं सगळं अंग भयंकर खाजवत होतं. असल्या गारव्यात पण घाम सुटला होता. आणि घामानं ठिकठिकाणी कापलेल्या जागी चुरचुरत होतं. तिनं पाहिलं, फड तसाच तट देऊन उभा होता.

बायोवऽ केव्हा संपायचा हा फड? हा फडच काय, असे थोडेथोडके नाहीत. सा म्हैने काढायचेत. तरी बरं मल्हारी समजूतदार होता. नवीन आहे म्हणून आपण पुढं होऊन कामात मदत करीत होता. नाहीतर कठीण होतं. दिवस चांगलाच वर आला. रानामाळानं कामाला आलेली माणसं दिसू लागली अन् रखरखायला लागलं तसं अधिकच घाम येऊ लागला. अंग जास्तच चरचरू लागलं. गाडीची भरती

केव्हा व्हायची? मग दोघांनी गाडी भरली. मल्हारीनं व्यवस्थित रचली. तरी अजून मोळ्या कमी पडतात म्हणताना त्यानं परत सपासपा एक बेट कापून खाली टाकलं. परत ती सवळू लागली. कमरेचा काटा ढिला झाला. मोळ्या वाहून पोटऱ्या भरून आल्या .

शेवटी गाडीची भरती झाली. वाढं वाटून झालं. वाटणीला आलेलं वाढ मल्हारीनं उसावर आवळून बांधलं. दिवस कलला होता. बाकीच्यांच्या गाड्या आवळून त्यांनी दुपारच्या भाकऱ्या पण खाऊन घेतल्या होत्या. आता निघायचे होते. मल्हारीला अन् तिला भाकरी खायला सवड नव्हती. त्यानं तशीच गाडी जुंपली. रस्त्याला लावली. भाकरीच्या गठोड्यातून थोडी भाकरी हातावर घेऊन त्यानं बाकीची तिच्याजवळ दिली. डोक्यावर केळी घेऊन विळा कमरेला खोचून ती इतर बायकांबरोबर कारखान्याकडे निघाली तेव्हा जीव आंबून गेला होता. पहिल्याच हिसक्यानं पाकळाय झालं होतं. तोंडात थुंकी आटून ओठाच्या कडेला फेस जमा झाला होता. कशाचीही वासना नव्हती. अंग नुसतं भगभगत होतं. केव्हा अंघोळ करीन असं झालं होतं. अजून कमीत कमी पाचसा मैल तरी चालायचं होतं. तळावर जाऊन भाकरीतुकडा करायचा होता. पाणीलोणी बघायचं होतं. मध्येच ओढा लागला. सगळ्या जणींनी हातपाय धुतलेऽ पाण्याचे शिपकारे तोंडावर मारले, जरा बरं वाटलं. मग चालता चालताच सुर्वंतानं भाकरी सोडली. भुकेची आठवण झाली होती. चालत पळत तिनं भाकरी खाल्ली. रस्त्याच्या कडेला विहिरीवर पळत जाऊन पाणी पिऊन आली. जरा तरतरी आली.

दिवस मावळायच्या बेताला त्या साऱ्याजणी कारखान्यावर पोचल्या. कारखान्यावर प्रसन्न वातावरण होतं. पताका फडफडत होत्या. कमानी उभ्या राहिल्या होत्या. उद्याच्या समारंभाची तयारी पूर्ण झाली होती. आज दिवसभर घाम गाळून तोडून आणलेला ऊस उद्याच्या मुहूर्तावर मंत्रिमहोदय सुहास्य वदनाने गव्हाणीत पूजा करून टाकणार होते. फटाफट फोटो निघणार होते. भाषणं होणार होती. आश्वासनं दिली-घेतली जाणार होती. चमचमीत अन्नाच्या मेजवान्या गेस्टहाउसवर झडणार होत्या. चिमणी धूर ओकणार होती. तोकड्या चड्ड्या, फाटक्या बनियनवर कारखान्यात कामगार, दिवस नाही, रात्र नाही, थंडी नाही, राबणार होते, घाम गाळला जाणार होत, अन् पांढरी शुभ्र साखर बाहेर पडणार होती.

सुर्वंतानं पाहिलं. संध्याकाळ झाली होती. बड्या कामदारांच्या बायका झुळझुळीत उंची साड्या नेसून, गोंडस पोरांना घेऊन घोळक्यानं फिरायला बाहेर पडल्या होत्या. रामाच्या देवळापर्यंत जाणार होत्या. दिवभराचा बिनकामानं आलेला शिणवटा, कंटाळा त्या घालवणार होत्या. साड्यांची, दागिन्यांची, कुणाला कितवा महिना याची चविष्ट चर्चा करणार होत्या. त्यांच्यापेक्षा खालच्या वर्गातल्याही बायका

पिशव्या घेऊन, मुलं कडेला घेऊन बाजारात चालल्या होत्या. त्या सगळ्याजणींचा सुर्वंताला हेवा वाटला. नवरा, मुलं यांची जेवणं, अंघोळी, धुणंपाणी संभाळलं की त्यांचं बरं होतं. कितीक जणींकडे धुण्याभांड्यासाठी पण बाई असेल. मग काय, नवऱ्याचा जेवणाचा टाइम सांभाळला की दुपारच्या वेळेला चाळीतल्या एखाद्या झाडाखाली सगळ्या जणींनी जमून गप्पा मारायच्या, नसंल तिची कुचाळकी करायची, अमुक ना तमुक. संध्याकाळच्या वेळी अंगणं झाडून काढायची, घरधन्याला कामावरनं आल्यावर चहा करून द्यायचा, थोडं फिरून आलं, नाही आलं की सैपाकाला लागायचं, चाळीच्या मधोमध नळ, कधी पाणी भरावं लागायचं, कधी पोरंठोरं, नवरा भरतोयच! कसं समाधानी, शांत आयुष्य! सुर्वंताच्या अंगाची भगभग जास्तच वाढली. नव्या नवलाईची अपूर्वाई केव्हाच संपली होती. आता सीझन कसा जायचा? मान, पाठ भरून यायची, चालून, पळून पिंढऱ्यांचे गोळे भरून यायचे अन् कुसीनं अंग खाजवायचं, डोक्याला तेल मिळायचं नाही की अंगाला पाणी! बाप रे...

विचारांच्या तंद्रीत ती बरीच मागं राहिली होती. बाकीच्या लगालगा पुढे गेल्या होत्या. सैपाकाची ओढ होती. कुणाची जनावरं होती, म्हशी होत्या, त्यांना तर जास्तच काम होते. पाणी आणायचे, भाकरी टाकायच्या, कालवण करायचे, काट्यावर घरधान्याला जेवण पोचते करायचे मग आपण जेवायचे. रात्रीचे धा तरी होणार, पहाटेचं पुन्हा चक्र चालूच.

मागे राहिलेल्या तिनं झपाझप पावलं उचलली. तळावर आली. कोपी गजबजल्या होत्या. पोरंठोरं रडत होती. कुठेकुठे चुलीही पेटल्या होत्या. नळावर गर्दी होती. पोरीबाळी घागरी घासत होत्या. कुणी कोपीच्या आडोशाला अंघोळही करीत होत्या. तिनं चट्दिशी घागर घेतली, नळावरच्या गर्दीतून घुसून घागर आणली, अंग नुसतं आंबून गेलं होतं. आंघुळीशिवाय चैन पडणार नव्हतं. हवेत गारवा होता तरी तिनं तशीच कोपीच्या मागच्या दगडावर आंघोळ केली, घसाघसा अंग चोळलं, शिरा हलक्या झाल्या. लुगडं आडवं लावून ती उठली. झुंजुरकं झालं होतं. कोपीच्या कडेच्या रस्त्यानं मुकादम चालला होता. लगबगीनं, तेवढ्यातही त्याचं तिच्याकडे लक्ष गेलं. नीट घेतला होता तरीही उजव्या बाजूनं पदर थोडा ढळला होता. ती गडबडीत होती. अस्फुटसा स्तन बाहेर डोकावत होता. संधिप्रकाशातही गोरीपान गोलाई सराईत नजरेनं टिपली गेली. तिच्या ध्यानात आलं अन् तिचा ओठ रागानं मुडपला गेला. झट्दिशी ती कोपीत शिरली. सैरभैर झालेलं मन आवरून तिनं मग घाई करून भाकरी टाकल्या, कालवण केलं अन् बायकांच्या घोळक्यात ती मल्हारीला भाकरी द्यायला काट्यावर गेली. काट्यावर पटांगणात गाड्या सुसरी तोंड वासून वाळूला पडाव्यात तशा सुटलेल्या होत्या. नंबरवार, पुढ्यानं गाड्या सुटलेल्या.

केव्हा काटा होणार कुणास ठाऊक. त्यात उद्या पूजन म्हटल्यावर जरा उशीरच लागणार...

त्या गाड्यांच्या गर्दीतनं तिला मल्हारीला हुडकणं कठीण गेलं. हिकडंतिकडं भिरभिर बघत ती गाडीपाशी आली.

"काय टैम का काय म्हनावाऽ" तो चिडून बोलला. ती गप्प राहिली. मुकाट्यानं भाकरीचं गठूळं समोर केलं. खांद्यावरचा कोरडा गाडीवर टाकत त्यानं भाकरी हातात घेतली.

"कांदा न्हाय दिसत? आनला असता म्हंजी..."

"गडबडीत न्हाय ध्यानात आलावऽ पुनींदा..." ती ओशाळवाणं बोलली.

"पानी कुठं पेनारऽ" ती हिकडंतिकडं बघत म्हणाली.

"तिकूऽ न थ्यो काय नळ..." त्यानं बोट दाखवलं. तिनं मान हलवली.

"आता वस्तीवर कवाशीक येणं हुईल?'

"आता ते काय ते सांगता येतंयऽ कवा काटा हुताव, आन डिपु लागतावऽ"

"म्हंजी म्या एकटीनंच रात काढायची म्हनता कोपीवं?" तिनं घाबरून विचारलं. "एकटी का म्हून? समद्या बायका हायीत ना? का गाडीतळ वस पडला म्हनावा-"

त्याला कसं समजून सांगावं ते तिला कळेना. नीट सांगताही येईना. ती गप झाली. तो भाकरी गबागबा खाऊ लागला. जरा वेळानं ती म्हणाली, "म्या हितच लवांडलं तं!"

"आं? काय म्हणतीवऽ"

"गाडीच्या बगलनं मी म्हणते पडलं तं काय हुतंय?"

"येडं की खुळं! जाऽ उगं काय तरी... फाटचं उठावा, समदं उरकावा का हिथं म्हनी झोपऽ ती, आऽ ग शानेऽ"

तिचा मग निरुपाय झाला. भीती नीट बोलता येत नव्हती. तसं काही नव्हतंही...ती मग पितळी, फडकं घेऊन कोपीवर निघाली.

रात्रभर उसाच्या कुसीनं तिचं अंग खाजवत होतं. अति श्रमानं झोप पळून गेली होती.

केव्हातरी डोळा लागला. बाहेर मल्हारीनं गाडी सोडून बैलं बांधली केव्हा आणि घोंगडी घेऊन तो गाडीत झोपला केव्हा हे तिला कळलंही नाही. तिचा ताठ ओंडका झाला होता.

सहा

कारखान्याची चक्रं जशी अविरत, चोवीस तास गरागरा फिरत होती तशीच गत गाडीवानांची झाली. सुर्वंता, मल्हारी, सारे नगरी त्या कारखान्याच्या चक्रातले एक चक्र होऊन गेले. उसंत अशी नव्हतीच. लांबची खेप असेल तर दिवसाकाठी एक खेप. जवळचा फड असला तर दोन. मग जवळच्या फडावर पहिल्या खेपेला दोघंजण मिळून भराभर तोडून, सवळून गाडी भरत. गाडी कारखान्यात गेल्यावर सुर्वंताला एकटीलाच ऊसही तोडावा लागे. सवळावा लागे, मोळ्या बांधाव्या लागत, वाढ वेचून भेळे बांधावे लागत. पलीकडे काय चाललंय् अन् शिवारात काय आहे हे पाहायलाही उसंत नसे. आताशा सवयीनं उसाची कूस तेवढी चावत नसे. खाज कमी पण वाकवाकून कमरेचा काटा ढिला होई, मणके दुखू लागत.

घरी जाऊन सैपाकाची तयारी करावी लागे ते एक वेगळंच. कोपीत पाणी नसे. नळावर झुंबड होई. पीठ नसलं तर गिरणी शोधून दळून आणायचं, लौकर भाकरी टाकायच्या अन् तळावर पोच करायच्या. धंद्यात कसूर झाली की संपलंच. मल्हारी तसा तापट नव्हता; पण बाकीचे विचित्र होते. धंदा नीट नाही झाला, गाडी भरायला वेळ झाला, सवळायला उशीर झाला की फडातच उसानं बायकोला ठोकून काढत. ती बिचारी लबालबा बोंबलत, आरडत ओरडत काम करू लागे. एखादे वेळी दळणापाण्याला उशीर लागला, नाही वेळेवर भाकरी पोच झाली की गड्याचे पित्त खवळे, तिथंच नंबरावर असलेल्या सर्वांदेखत आसुडाचे चार वादाडे ठेवून द्यायला तो कमी करत नसे. सुर्वंताही भिऊन असे. शांत दिसणारा मल्हारी केव्हा बिथरंल अन् आपल्याला मार बसेल त्याचा तिला भरवसा नसे. ती त्यातल्या त्यात धावपळ करी. सगळं वेळेवर व्हावं असा प्रयत्न करी.

बक्कळ कष्ट करावेत, बक्कळ पैसा कमवावा, थोरल्या जावेला दाखवून द्यावं आम्हीबी धंदा केला या इरीसिरीनं ती राबत होती. पंधरा दिवसांच्या वर आठवडा झाला तरी बिलाचा पत्ता नव्हता तसं मग एक दिवशी धीर करून तिनं विचारलं,

"पगाराचं काय झालं म्हणावा?"

"आंऽ बिल म्हणतीस-"

"होऽ तेच की!"

'आता करंल ना मुकादम हिसाबऽ टैम नसंल. अजून सागसुरत चालनाऽ"

"बघावा-" ती बोलली.

मग एके दिवशी जरा लौकर काटा झाला होता. सगळेजण कडूसं पडायच्या वेळेसच कोपीवर आले होते. कोणी कोपीपुढे बसून निवांतपणं बिडी ओढत होते तर पाचसातजण मुकादमाच्या दुकानात बसून गप्पा हाणीत होते. मुकादमानं मग जेवून हिशेबाला या म्हणून सांगितलं तसं सगळेजण उठले. भाकरी खायला गेले.

जेवण होऊन दुकानापुढच्या पटांगणात मग मुकादम दफ्तर घेऊन बसला. नंबरवार हिशेब सुरू झाला. त्यातच उचलीपैकी किती वजा करायचं, दुकानाची बाकी किती, लव्हाराची, शिंप्याची, न्हाव्याची काय उधारी असंल ती वजावट करून हात झाडून एकेक गाडीवान बाजूला होई. आता किती उचल आपल्या अंगावर ऱ्हायली या विचारात तो बोटं मोडीत हिशेब करीत बाजूला बसे.

"काय झालाव..." तिनं मल्हारीला आल्याआल्या विचारलं. पहिल्या पगाराचं तिला फार कौतुक होतं.

"काय होयाचाऽ पंधरा दिसांचा या बारीनं कमीच बिल आलावऽ वीस कमी दोनशे-त्यातनं मुकादमाचं शेकडा धा कमिशन, आपली दुकानाची बाकी आन त्याच्या उचलीचा हप्ता, हारबारं खाऊन हात कोरडंचऽ" तो हात झटकीत म्हणाला.

"म्हंजी आता कायच न्हाय आणलावऽ?"

'कस्याचं आनतीस? त्याचे दोन हजार फिटाय नगोत?" ती विचारात पडली. हे तर खरंच होतं. बैलाचे पैसे फिटायलाच पाहिजेत. बैलाची पावती मुकादमानं करून घेतली होतीच. बैलं मुकादमाच्या नावावर, गाडी मुकादमाच्या नावावर, बिल त्याच्याकडं, सामान त्याच्याकडनंच आणायचं, तिला वाटलं आपणही मुकादमाच्याच नावावर आहोत, त्याच्या गोठ्यातल्या बैलासारखं. खायप्यायची, ल्यायची व्यवस्था तो बघतोय, आपण राबायचं. फक्त राबायचं. यातून सुटका?

ती विचार करीत राह्यली. मल्हारी दमल्यानं घोंगडी घेऊन केव्हाच झोपी गेला होता. नळावर जवळजवळ सामसूम झाली होती. भगभगीत उजेडाचे मोठे दिवे सगळीकडे प्रकाश फेकत होते. त्यानं आसपासचा अंधार जास्तच भयाण वाटत होता. लांब उसाच्या फडांतून कोल्हेकुई ऐकू येत होती. कारखान्याच्या चक्रांचा, ऊस फोडण्याचा घनगंभीर आवाज येत होता.

सुर्वंता कितीतरी वेळ आपल्या अडाणी बुद्धीत ह्या चक्राचा विचार करीत होती. काय ह्या मरमर मरण्याचा उपयोग असं तिला वाटून जात होतं. कष्टाचे सगळे पैसे

ह्या उधारीत अन् उचलफेडीतच जाणार होते. वाढबिढं विकलं तरच तेव्हढे पैसे कनवटीला लागणार होते. उचल फिटली तर बरं, न्हाईतर सीझन संपल्यापासून ते पुन्हा सीझन चालू होऊन पगार येस्तवर व्याज चालू राहणार होतं. बाबा दुकानच्या मालाला तरी काय भाव लावतुय कुनाला ठाव... अशा सगळ्या विचारानं तिच्या डोक्याचा नुसता भुगा होऊन गेला. श्रमानं श्रमलेलं शरीर अन् विचारानं फुटायची वेळ आलेलं डोकं यामुळे तिला बराच वेळ झोप आली नाही. बैलांच्या गळ्यातल्या घुंगरांचे आवाज, दीर्घ सुस्कारे, खसपस, क्वचित उंदरांची चिरचिर, पळापळ, दूर कुठेतरी घुबडाचं घूऽघू. लांबच्या रस्त्यानं घोंघावत जाणारे ट्रक...बराच वेळ ती ह्या कुशीवरून त्या कुशीवर होत ऱ्हायली. तिला फार तीव्रतेनं वाटलं मल्हारीच्या जवळ जावं, घट्ट मिठी मारावी. या विचारांच्या गुंत्यातून मोकळं होण्यासाठी त्या खेळात रमून जावं. त्याच्या छातीवर डोकं घोळसावं, पायाची तिढी घट्ट करावी. सारं काही त्या सुखात बुडवावं; पण तो लांब गाडीत अतिश्रमानं डाराडूर घोरत पडला होता. तिला उठू वाटेना. तशीच मुटकुळं करून घेऊन कुशीवर पाय पोटाशी घेऊन, हात मांड्यांत खुपसून ती झोप यायची वाट पाहू लागली. उशिरानं तिचा डोळा लागला.

... भल्या पहाटेच्याच गाड्या निघाल्या होत्या. लांब फड होता. दिवस उगवायच्या वेळेला तरी फडात पोचायला हवं होतं. हवेत चांगलाच गारवा होता. थंडी पडू लागली होती. उसाचे फड दोन्ही बाजूनं होते. मधूनच गरम वाटे, मधूनच थंडीची लहर लागे अन् शिरशिरी भरून येई. मुकाटपणे गाड्या चालल्या होत्या. झोपा डोळ्यावरून सरल्या नव्हत्या. थंडीनं गुरफटून घेऊन मुकाटपणं सगळीजण गाड्यातनं बसली होती. कितीकजणी झोपल्याही होत्या. अंधार गुडुप... गाडीतल्या गाडीत तोंड दिसत नव्हतं. शिवार गप्प होतं. सुर्वंता मल्हारीच्या बाजूला सरकली. चादर पांघरून तो पुढे पाहत होता. तिनं चादरीच्या आत डोकं खुपसलं तसा तो दचकला.

"आं...कुनी बघितला तं काय म्हणत्याल..."

"डोळ्यात बोट घातल तं दिसनाऽ कोन बघतंय? समदी आपापल्या गाडीत पेंगुळल्याती."

तसं मल्हारीनं तिला अजून जवळ ओढली. दोघं एका चादरीत आली. गारवा दूर पळाला. बरं वाटलं. उष्ण श्वास एकमेकांत मिसळले. किती दिवस ती एकत्र आली नव्हती. कष्ट, कष्ट अन् कष्टच. श्रमात शरीर केव्हा विसावत होतं तेही कळत नव्हतं. ती तशीच हळूच लवंडली. त्याला जवळ ओढून घेत म्हणाली,

"चालत्यात मनानं बैलऽ"

"अगं पन..."

"त्याला काय हुतंय्ऽ अंधार गुडूप तं हाव..." कोरडा पाटलीला नीट अडकवत तो चादरीत तिच्या कुशीत शिरला. गाडी चाललीच होती. मधूनच गचके बसत होते. त्या वेळी तिच्या तोंडून बारीकसा सित्कार उमटे. त्यानं मल्हारीला अजून चेव चढे अन् ती गुदमरून जाई. तिनं मग त्याला बाजूला ढकलला. तो सावरून पुढे बसला. बैलांकडे लक्ष देऊ लागला. तिने नेसूचं ठाकठीक केलं.

"आता कुठं तरी पानी बघून आंघूळ करावा लागणारऽ" ती लटक्या रागानं म्हणाली तसं त्यानी तिला अजून जवळ ओढली. एका हातानं तिची भरगच्च वक्षःस्थळं तो धरू लागला. तशी बाजूला होत ती म्हणाली, "सोडा जावाऽ कुणी पाह्यलं म्हंजी..."

"आन मंग इतक्या वाढूळऽ आं...मघाशी नव्हतं व्हय कुनी पाहात..."

"जावाऽ इतकं तं काय दिसतावऽ आपुन झोपलू होतु म्हनावा."

"च्यॅक्..." त्यानं बैलांना उद्देशून आवाज काढला. आगळ्या सुखानं मोहरून ती गप डोळे मिटून गाडीत पडली.

आता थोडंथोडं फटाटलं होतं. शिवार नजरेत भरत होतं. तांबडं फुटलं होतं. गाड्यांनी जरा वेग घेतला होता.

आता कष्टच होते. दिवस कामानं सुरू होणार होता अन् मावळणार होता. रात्रपण अशीच. उद्याच्या भाकरी करण्यात, दळण आणण्यात, भाकरी पोच करण्यात होणार होती...

असंच जरा काम लौकर उरकलं होतं. तिसरापारच्या वेळेलाच त्या साऱ्याजणी कोपीवर आल्या होत्या. आता जरा उसंत होती. ज्यांची दळणं आणायची होती त्या गिरणीकडे पळाल्या होत्या. सुर्वंताचं पीठ अजून बरंच होतं. पाणी आणलेलं होतं. चार भाकरी काय तिच्या हातचा मळ होता. बरेच दिवस कपडे धुतले नव्हते. मल्हारीचा सदरा, हंडेल, तिचं लुगडं असं बरंच गोळा करून ती फाट्यावर गेली. घसाघसा साबण लावून ती कपडे धुऊ लागली. घसरा देताना तिचा पदर थोडा बाजूला झाला होता. ती आपल्याच नादात कपडे धूत होती. धापदिशी नारळाएवढा दगड तिच्या पुढे पाण्यात पडला. उडालेल्या सपकाऱ्यानं ती भिजून गेली. तोंडावर पाण्याचे थेंब उडाले. तिनं चमकून वर बघितलं.

फाट्याच्या पलीकडच्या बाजूच्या रस्त्यावर तो उभा होता.

टेरीकॉटचा बदामी रंगाचा शर्ट, टेरीकॉटचाच इस्त्रीचा लेंगा, काळसर केसाळ छातीवर सोन्याची पाचपदरी चेन रुळत असलेली, हातातही अंगठ्या, पुढे फटफटी

उभी केलेली. फटफटी आली केव्हा, उभी व्हायली केव्हा हेही तिच्या धुण्याच्या नादात तिला समजलं नव्हतं. आपल्या देखणेपणानं घात केलाय हे तिनं ओळखलं. मुकाट्यानं ती खाली बघून धुणं धुऊ लागली.

"काय आम्ही एवढं पापी हाय का जनवार फिनवार हाय? बोलायचं न्हाय?" त्यानं पलीकडनं विचारलं.

ती काही बोलली नाही. भराभरा धुणं आवरून ती चालू लागली.

"हूं " करीत तो फटफटीकडे गेला.

नाही म्हटलं तरी तिनं जरा पुढे गेल्यावर मागं वळून बघितलंच. तो तिच्या पाठमोऱ्या आकृतीकडं फटफटीला टेकून पाहतच होता. तिनं पाहिल्यावर त्यानं नजरेत नजर मिसळली अन् गपकन डोळा मारला. तिनं झटक्यानं मान हलवली अन् तरातरा चालू लागली. कसल्याशा अनामिक जाणिवेनं ती थरारली होती. बड्या जमीनदाराचा लेक दिसत होता. गळ्यातल्या चेननं अन् अंगठ्यांनी तिचं लक्ष वेधून घेतलं होतं. रुबाबदार देह, सुबत्ता, बिनधास्त वृत्ती. नाही म्हणलं तरी मनातनं त्याचा विचार जाईना. त्यानं काय आपल्यात विशेष पाहिलं. याच्या अगोदरही कुठंतरी त्यानं आपल्याला न्याहाळलं असलं पाहिजे. अशा संधीची तो वाट पहात असावा असंच तिला वाटून गेलं. हे चांगलं नाही हेही तिला वाटून गेलं. मुकादमाची नुसती नजर तिला सहन होत नव्हती. ह्यानं तर चक्क आगळीकच काढली होती. पाणी उडवलं होतं. डोळा मारला होता. तिचं मन सैरभैर झालं...हे एक नवीनच अरिष्ट मागं लागलं असं तिला वाटू लागलं. एकीकडे हे बरं नाही वाटत असताना आपल्या देखणेपणाचा तिला गर्वही वाटू लागला होता. अशी राजबिंडी पोरंसुद्धा आपल्याकडे बघून खुळावतात पाहून ती सुखावली होती, तर एकीकडे अनामिक भीतीने ऊर धपापत होता. मल्हारीला हे सांगून उपयोग नव्हता. पुरुषाची जातच भरमीट टाळक्याची. आपण सांगायचो एका हेतूनं, त्यानं तिसराच संशय मनात घ्यायचा. छे, नकोच ते. बघू पुढच्या पुढे. वास्तविक तिच्या ठिकाणी दुसरी कोणी नगरी पोरगी असती तर तिनं केव्हाच चान्स घेतला असता. धापाच रुपये उकळले असते. तिच्या बरोबरीच्यांपैकी बऱ्याचजणी अशा होत्या. चीटबॉयशी, मुकादमाशी, एखाद्या बागायतदाराच्या पोराशी...तेव्हढीच गंमत...तेव्हढेच मिस्त्रीला, चोळीच्या खणाला पैसे...कोपीवरनं केव्हानूक पसार व्हायचं. कुणालाही न कळता कार्यभाग साधायचा, फडावरनं येताना रस्त्यानं पण जमवायचं ...हळूच...चोरटं...ती पहिल्यांदा हादरली होती. एकदोघींना तिनं सुनावलं होतं; पण त्या कसल्या खट... हसत हसत तिचीच त्यांनी टवाळी केली होती. अर्थात सगळ्याजणी तसल्याच होत्या असं नाही; पण ज्वानीनं मुसमुसलेल्या, अचकवचक खायची सवय असलेल्या, अतिकष्टानं ज्यांचे नवरे दमून दररोज गाडीकडेच झोपताहेत अशांचे कधीतरी असले धंदे चालायचे. ते

फक्त दोघीचौघींनाच माहिती असायचे. म्हणजे तसं अवघड नव्हतं. चार पैसे सहज काढता आले असते; पण तिचं मन अशा गोष्टीला तयार नव्हतं. आपला मल्हारीराया त्याला कधी धोका देऊ नये असंच तिला वाटायचं...वढाळ गाईसारख्या दुसऱ्या मनासमोर त्या गरगरीत फटफटीवाल्याची मूर्ती उभी व्हायची, ती सैरभैर होऊन गेली. अनोख्या जाणिवेनं आतून भांबावून गेली. जो जो ती त्याचा विचार मनातून काढून टाकण्याचा प्रयत्न करी तो तो तिला जास्तच भेडसावे. ती मल्हारीला काही बोलली नाही.

रहाटगाडगं चालूच होतं. पहाटचं उठणं आणि रात्री झोपणं... सुट्टी नव्हती की विसावा नव्हता. ऊस खाऊन खाऊन तोंड सोललं होतं, भाकरी नीट खाता येत नव्हती, ऊस खायचीसुद्धा वासना होत नव्हती.

...आपल्या बरोबरचे बाकीचे सगळेजण असा विचार का करीत नाहीत याचे तिला नवल वाटे. कष्ट न् कष्ट, दिवसरात्र आपण ढोरासारखं मरायचं, बैलांनाही मारायचं अन् मिळवायचं काय...इथल्या कष्टाचा अन् पैशाचा, नव्या नवलाईचा फुगा तिच्या मनी फुटला होता. आयुष्यभर या मुकादमाच्या पैशाच्या विळख्यातून सुटका नाही हे तिच्या ध्यानात आलं होतं. या गाळात रुतत असूनही एका विलक्षण कैफात, धुंदीत सगळेजण राबत होते. क्षणाची उसंत घेत नव्हते, गाडी ओढली नाही तर बैलांना ठोकत होते. नीट वेळेवर भाकरतुकडा नाही मिळाला, नीट सवळलं नाही, भरभर मोळ्या बांधल्या नाहीत तर बायकोला बडव बडव बडवत होते. मुकादमाची, चीटबॉयची बोलणी खात होते, रस्त्यानं बाजू दिली नाही म्हणून ट्रक, एसटी ड्रायव्हर शिव्या देत त्या मुकाट्याने ढिम्म म्हणून ऐकून घेत होते. कशासाठी? म्हाताऱ्यानं केलं त्याच्या कर्जातून मुक्त होण्यासाठी म्हणून पोरगा धंद्यात पडत होता अन् तोही रुतून बसत होता. सहा महिने स्वत:चं, बायकोचं, पोरांचं पोट अन् बैल जगून निघत होती. यापलीकडे तरी तिला काही राम दिसत नव्हता. सहा महिने इकडं अन् सहा महिने गावाकडं अशा सर्कशीमुळे पोरांच्या शिक्षणाचा बेंडबाजाच होता. अन् ती कशीतरी सहीपुरती शिकलेली मुकादमाकडून पुरती नागवली जात होती. कारखान्याला याचं काय सोयरसुतक? ते मुकादमाला सांभाळत होते. ऊस तोडणीचं काम नगऱ्यांइतकं कोणीच काळजीनं करीत नव्हता, ऊस तोडण्यापासून सवळून, मोळ्या बांधून, कारखान्यावर वाहून आणून पार गव्हाणीत रिचवण्यापर्यंत नगरी मुकाटपणे काम करत होते. लॉरीवाल्यासाठी टोळी बघावी लागत होती. त्यांच्या भाकरींची नाही सोय झाली की टोळी पळून जाई. ज्वारी काढायला सुरुवात झाली की टोळीतले गडी वाट्यानं केलेल्या ज्वाऱ्या काढायला मधूनच जात. ट्रक चेनवर खाली करायला क्रेनची नाहीतर चारपाच गड्यांची वेगळी टोळी गव्हाणीवर ठेवावी लागे, त्यामानाने नगरी बेस. स्वत: सगळ्या कामात राबत. एकूण कुणालाही

त्यांच्या कष्टाची पर्वा नव्हती. आपण असेच झिजून, कष्ट करून मरायचे अशी तिची पक्की खात्री झाली. यातून बाहेर कसं पडायचं ते मात्र तिला सुचेना. आपल्याला भावतं तेव्हढंही या लोकांना जाणवू नये याचं तिला आश्चर्य वाटू लागलं होतं. चारदोन जणींना तिनं बोलून बघितलं; पण डोळे मोठे करून, काहीतरी बरळायला लागल्यासारखा चेहरा करून चाबनट बोलत त्या निघून गेल्या होत्या. त्यांच्या मते असल्या गड्यांच्या कारभारात बायकामाणसांनी ज्यादा ध्यान देऊ नये. आपण काय सांगितल्या कामाचं, दिल्या भाकरीचं अन् लुगड्याचं... करायच्या काय तसल्या पंचाती? ती हिरमुसली होई. मल्हारीशी बोलण्याची सोय नव्हती. एक डाव सीझनला नाही आलीस तर कंटाळलीस, जावेपाशी केवढ्या गप्पा मारीत होतीस. अशान् संसार करणार का वगैरे त्यानं बोलून घेतलं असतं... शिवाय कामाच्या प्रचंड व्यापातून त्याला बोलायलाही सवड नसे. काम संपल्यावर संध्याकाळी निवांत बसलंय्, चार घटका बोललोय, निवांतपणी जेवणं झालीत असं कधीच झालं नव्हतं, सीझन संपस्तंवर असा काही वेळ मिळेल याची शक्यता नव्हती. ती पार कंटाळून गेली, कामाला, जिण्याला...

मधूनच तो नजरेसमोर यायचा. त्याचं रुबाबदार उभं राहणं, मिस्कील नजर, श्रीमंती...खरंच आपण असल्याच्या घरी का नाही पडलो... तसं देखणेपण लाभूनही हे कष्ट कपाळी यावेत! मधूनच गार वाऱ्याची झुळूक अंगावरून जावी तशी त्याची आठवण मनाला स्पर्श करून जाई, हे बरं नाही असं मनाला बजावीत असतानाही.

सात

इतक्या दिवस आपल्या ध्यानात ही गोष्ट कशी आली नाही ह्याचं तिला मोठं आश्चर्य वाटलं. कामात आपण इतकं बुडून गेलोय् की जेवलो की नाही याचीही शुद्ध राहत नसे हे खरं...पण...पण... ध्यानात येण्यासारखं नव्हतंही. या रामरगाड्यात कुठलीच बाई पाळीचे चार दिवस वगैरे पाळत नसे. करायचा कोणी सैपाक अन् बाकीचा उटारेटा...त्यामुळे पाळी आली का नाही हेच बऱ्याच वेळा ध्यानात नसे. तेव्हढा विचार करायलाही उसंत नसे. गेले दोन महिने पाळी आली नाही हे तिच्या ध्यानात आलं अन् ती बावरून गेली. मोहरून गेली...आपल्याला दिवस गेलेत हे तिच्या लक्षात आलं अन् आपल्या अगोदरच हे कसं ध्यानात आलं नाही याचं तिला आश्चर्य वाटू लागलं.

उसाने भरलेल्या गाडीवर दोघंही बसली होती. जवळचा फड होता अन् रस्ता चांगला होता म्हणून तीही गाडीवर बसली होती. चांगलंसं कांडं मोडून घेऊन ती ऊस खाता खाता हळूच मल्हारीला म्हणाली, "औवऽ"

"कौव..." त्यानं चेष्टा केली तशी ती गोरीमोरी झाली. त्याला हे गोड गुपित कसं सांगावं तिला कळेना. कशीबशी ती म्हणाली,

"मला तं वायलाच शक येताव..."

"का? काय झालाव?" त्यानं विचारलं.

"न्हाय...आता ह्यो दुसरा म्हैना म्हनाचा अजून काय भाहीरची झाली न्हाव..." ती अडखळत म्हणाली.

"आं..." तो वेड्यासारखा बोलला.

'......'

मग त्याच्या ध्यानात आलं की अशी अशी भानगड आहे. मग पट्‌दशी काळजीनं त्यानं विचारलं,

"आता दुसरा म्हनतीसऽ म्हंजी बाळातपन... एक दोन तीन..."त्यानं बोटं मोडीत विचार केला, "सीझन संपताव का..."

त्याला आपल्याला मूल होणार या आनंदापेक्षा सीझन संपतोय् का सीझनमध्येच ही बाळंतीण होतीय् याची काळजी लागलेली बघून ती खट्टू झाली. या चरकानं आपलं जीवन सगळं पिळून काढलंय या परत परत होणाऱ्या जाणिवेनं ती जास्तच उदास झाली. तिला तसं उदासवाणं बघून तो म्हणाला, "आपल्या गावाकडं झाल्यालं बरं गं-"

तिच्या लक्षात आलं, आपल्या काळजीपेक्षा सीझन बरोबर पार पडतोय का नाही याचीच त्याला काळजी वाटते आहे. या जाणिवेनं ती खट्टू झाली. झालेला आनंद असाच ओसरून गेला. तिला तशी उदास झालेली पाहिल्यावर तो म्हणाला,

"तुबी काय म्हनं! आता असली गोठ अशी गाडीगिडीवर सांगाची?"

"मंग?"

"तू तं खुळीच...आगंऽ कोपीवं, रातच्या टैमाला सांगितली असती तं..."

तो हसला. पुढे बघून बैलांना दापू लागला. ती थोडी सैल झाली. उदासपणा विरून गेला. त्याच्या त्या तशा बोलण्यानं लाजली.

"म्होरं बगा. एस्टी आलीव..."

कारखान्यावर गाडी नंबराला लावताना त्यानं तिच्याकडे कौतुकाच्या नजरेनं पाहिलं अन् मग ती सगळा उदासपणा विसरून गेली. एका नव्या अनुभवानं, चाहूलीनं मोहरून गेली. सगळ्या कष्टांचा, मुकादमाच्या वासनेनं भरलेल्या नजरेचा, त्या बागायतदाराचा, सगळ्याचा तिला विसर पडला. आपण एका लेकराची आई होणार एवढ्या एकाच जाणिवेनं तिला सगळं कसं आनंदमय वाटू लागलं. धूर ओकणारा कारखाना, गाड्या, ट्रॅक्टर, ट्रक यांनी उडालेली धूळ, झोंबणारी थंडी, हॉटेलातनं कर्कश आवाजात किंचाळणारे रेडिओ, गाडीतळावरची घाण, वाढ्या, शेणामुताचा वास, नळाभोवतालची गर्दी, चिखलाची राड...या सगळ्याच्या पलीकडचा तो जीवनगंध तिच्या उरीपोटी भरला अन् त्यानं ती हरखून गेली...

नादातच तिनं भाकरी टाकल्या, हुलग्याची उसळ तव्यात केली अन् लगबगा आवरून जेवण घेऊन ती नवऱ्याला द्यायला काट्यावर गेली. तिला आलेली पाहताच मल्हारीनं बघितलं. भाकरीचं गठूळंच फक्त दिसत होतं. बैलांना पेंड आणायची होती. आज लौकर नंबर लागेल असं वाटत नव्हतं. ती तिनं आणलेली नव्हती. भाकरी हातात घेत तो म्हणाला,

"पेंड नाय आणलीवऽ"

"आत्ता वो! बोललाव तुमी? आं...हाय का पर कोपीव?"

तिनंही कोपीवर पेंड आहे का नाही ते बघितलंच नव्हतं. ते गाडीवानाचं काम अन् हिला सवड तरी कुठं होती म्हणा.

"आयलाऽ संपली हाव कोपीवची बीऽ आता मुकादमाकडूनच आणावा लागंलऽ

आसं करऽ आन जा.'' तो गठूळं खाली ठेवत म्हणाला.

"मी?'' तिनं एवढ्या आश्चर्यानं विचारलं की तो चमकला.

"का? त्यात लई आवघाड हावऽ नावावं तं आनाची...'' तो म्हणाला.

खरं होतं; पण मुकादमाकडे आता जायचं म्हणजे ... तिला कसं समजून सांगावं ते समजेना. गड्याची नजर बायकांनाच कळते. ते सगळंच कसं समजून सांगायचं...बरं अजून तसं काही मुकादमानं केलं नव्हतं; पण वासना पेटलेली त्याच्या नजरेतून तिला स्पष्ट दिसली होती. तिला गप झालेली पाहून मल्हारी चिडला.

"नाय जातव? मग ऱ्हाऊंदी ही भाकरी बीऽ सोन्यासारखी जित्राबं उपाशी मारतीसऽ आन नवऱ्याचंच कायऽ ज्याच्या जीवाव धंदा कराचा त्याची अशी हेळसांड करून कसा चालावाऽ''

ती चट्दिशी उठली. सांगून उपयोग नव्हता. उगाच बोलण्यानं बोलणं वाढत जायचं. रस्ता ओलांडून कोपीवर आली. मुकादमाचं दुकान उघडंच होतं. बत्तीचा प्रकाश दारातून बाहेर पडला होता. एकदोघं दारात उभे होते. बिडीकाडी, तंबाखूची पुडी मागायला आलेले. तिनं कोपीत जाऊन पोत्याचं लहानसं ठेकं घेतलं अन् मन घट्ट करून दुकानाकडे गेली. आजपर्यंत ती त्याच्या दुकानाकडं गेली नव्हती. मल्हारीच सगळं सामान आणायचा. त्याच्या ध्यानात न येईल अशा बेतानं तिनं ते टाळलं होतं. आज मात्र नाइलाज झाला होता. ती दुकानासमोर आली. दोघंचाघं आत बसले होते. एकदोघं दारात उभे. मुकादम एका पोत्यावर बसून माल जोखत होता. शेजारी ट्रान्झिस्टरवर गाणी लागली होती. कोणतरी बाई खड्या आवाजात लावणी म्हणत होती, 'सांगा राया मी कशी दिसते?' माणसं मान डोलवीत होती. विडीचे दमदार झुरके घेत होती. मुकादम मांडीवर बोटानं ताल धरत होता. ती आलेली बघताच दारातले बाजूला सरले, त्यांनी वाट करून दिली. ती पुढे डोकावली. मुकादमानं तिला दारात पाहिली. लावणीत रंगलेला तो असं देखणं रूप समोर उभं राहिलेलं पाहताच मनोमनी हरखून गेला. त्यानं खोलवर तिच्या डोळ्यांत पाहिलं. तिनं नजर झटकली. किंचितसं हसत त्यानं विचारलं, "काय व्हौव? आन आज तुझ्याव बारी आलावा?'' आजपर्यंत आपण ह्याच्या दुकानाला कधी आलो नाही हेच जणू तो सुचवीत होता. ओठ किंचित दाबून धरत ती म्हणाली, "पेंड उडलीवऽ आता नंबरला लागलीय गाडीऽ तवा ..''

"आत्ता पेंड होवी?''

"तर काय...पाकच उडलीऽ बैलांना नगो?''

"जित्राबं तं पयल्यांदा जपावी लागतावऽ बाये खरं हावऽ''एक म्हातारा बिडी ओढत म्हणाला.

'आरं पर विष्णूदादाऽ हिथ्यली तं पेंड संपलीवऽ आता तकडं चालीवं जाया पायजेल नऽ'' मुकादम म्हणाला.

''आता तेला काय विलाज हावऽ हिथं बी आता काय गिऱ्हाईक संपलंय म्हनावाऽ करावं बंदऽ द्या तिला पेंडऽ काय करतावऽ पत्कर घेतलाव नाऽ'' दुसरा म्हणाला.

ती गप होती. काय बोलावं तेच सुचत नव्हतं. पेंड नको म्हणावं तर तिकडे मल्हारी वाट पाहणार होता. पाहिजेच तर त्याच्याबरोबर तिकडे चाळीत खोलीवर जायला पाहिजे. कुठंशी खोली आहे कुणास ठाऊक? मुकादमाला आनंद झालाय् असं तिला आपलं उगीचच वाटत होतं.

दुकानातली मग सारी हलली. चादरी सावरीत गाडीकडं, कोणीकडं गेली. मुकादमानं बत्ती विझवली. दुकान बंद केलं. कुलूप लावलं.

''चलऽ'' म्हणाला अन् लांडग्यामागनं शेळी जावी तशी ती मुकाटपणं मागून जाऊ लागली.

कोपीपासून दुकान बरंच लांब होतं. सगळी कॉलनी ओलांडल्यावर कोपऱ्यात काही चाळी होत्या. त्यातल्या एका चाळीत तर कारखान्याचा कसलासा माल भरलेला होता. त्यातल्याच कडेच्या खोलीत मुकादमानं आपला माल ठेवला होता. बाजरीची पोती, पेंडीची पोती, गावठी कापडाचे तागे असंच काहीबाही. खोली एका कडेला होती. खांबावरचा मिणमिणता दिवा. कम्पाउंडच्या पलीकडे उसाचा फड होता. सबंध चाळीत कोणीही राहणारं नव्हतं. उसाच्या फडामुळे काळोख किच्च वाटत होता. रातकिडे किर्रकिर्र करत होते. खांबावरच्या दिव्याभोवती छोटीशी पाखरं जमा झाली होती. तिच्या अंगावर भीतीनं काटा उभा राहिला. कसल्या तरी अनामिक भवितव्यानं तिच्या मनात पाल चुकचुकली अन् ती क्षणभर थबकलीच. तिचा ऊर धपापत होता. त्यानं पुढं होऊन कुलूप काढलं. दार उघडलं, बटण दाबलं. पिवळसर प्रकाशाचा दारातून पट्टा बाहेर आला. ती मागं न आलेली पाहून तो दारातून डोकावला.

''आं? ये कीऽ काय वाघशिंव्ह हायत आत...चल लौकरऽ मला अजून जेवायचंय्...''

तिला वाटलं आपण आत जाऊच नये. इकडे एकटं त्याच्याबरोबर येण्यातच आपण चूक केली. काय एक दिवस नसती बैलांना पेंड तर काय बिघडलं नसतं. नाहीतर ओला चारा आहेच भरपूर.

''हाय की बरी भाहीरच मीऽ द्यान तुमीच मोजून आतून...'' ती बोलली. तिच्या घशाला कोरड पडली होती. पाय लटलट कापत होते. । ''आत्ता? अगं असं काय करतीवऽ हिथ्थ तं पोतं धरावं लागतावऽ काटा करावा लागतावंऽ ठेक्याचं तोंड

धरावा लागतावंऽ एकट्या गड्याचं काम हाव? आन किती पायजेल...पाच किलू, धा किलूऽ?'' तो दारात येऊन उभा राहत म्हणाला. तिचा नाइलाज झाला. ती पुढे झाली, ठेकं घेऊन. तसं तो बाजूला झाला. आत गेला.

ती भीत भीत आत शिरली. पेंडीचा, बाजरीचा उग्र वास तिच्या नाकात शिरला. खोलीत पोती ठासून भरली होती. एका बाजूला बारकीशी बाज होती. बाजेवर घोंगडं आणि टॉवेल, चादर दिसत होती. लहानशी दोरी बांधलेली होती. तिच्यावर अंडरवेअर वाळत टाकली होती. कोपऱ्यात काटातराजू होता. मुकादम बहुतेक मुक्कामाला हिथं येत असावा. बाजेवर एक उघड्या बाईचं चित्र असलेलं पुस्तक पडलं होतं. तिनं सारं एका दमात न्याहाळलं. तो पेंडीचं पोतं उसकटू लागला होता. त्यानं पेंडीच्या पोत्याचं तोंड मोकळं केलं. तराजू वरच्या दोरीला अडकवत तिला म्हणाला, ''बोलऽ किती घालूऽ'' अन् विनाकारण हसला. त्याच्या हसण्याचा आवाज त्या खोलीत विचित्रपणे घुमला अन् ती दचकली. रडवेली झाली.

''पाच किलू द्या म्हन...'' ती कशीबशी बोलली. तिच्या कपाळावर घामाचे बिंदू जमा झाले होते.

''नीट धर ना ठेक्याचं तोंड आं...एवढं तं घाबराया काय झालाव? का खातुबितु म्हणावा मी...आं...'' त्यानं पारडं तिच्या ठेक्यात मोकळं करीत विचारलं. ती काहीच बोलली नाही. खाली मान घालून पोत्यातल्या पेंडीच्या तुकड्याकडे पाहत राहिली. त्यानं दुसरं पारडं वजन केलं आणि वरून ठेक्यात ओतण्यासाठी धरलं. ती ठेक्याचं तोंड दोन्ही हातांनी फाकून जरा खाली वाकली. त्यानं पारडं खाली सोडून दिलं आणि दोन्ही हातांनी गपूकन तिची भरदार थानं धरली. तशी तिनं हिसडा दिला. पोत्याचे धरलेले दोन्ही हात सोडले आणि त्याच्या मिठीतून सुटण्यासाठी धडपडू लागली. दातओठ खात त्यानं तिला आपल्या छातीशी जाम आवळून धरली आणि एका हातानं हळूच दार ढकलून कडी लावली. तिनं बोंबलण्यासाठी हात तोंडावर नेला तसं तो हात बाजूला करत तो म्हणाला,

''काय वरडाबिरडायचं नाय हांऽ आन वरडूनबी काय उपेग होव? इकडच्या बाजूनं तं कुत्रंबी फिरकत नाय!''

तरी ती हिसडे देत राह्यली, सुटायची निष्फळ धडपड करत राह्यली तसं जाम धरून बाजेवर लोटत तिला म्हणाला,''लई खमंग दिसतीस; पर मलाबी खमंग काकडीच आवडती बघऽ हे बग कायऽ नीट माझ्या मनापरमानं घे! तुला काय कमी करनार न्हावंऽ तुझ्यासारखी आपल्या साऱ्या पुठ्ठ्यात नायऽ ह्या कानाच्या त्या कानाला कळू देत नायऽ पर आस अंगाला आनू नकूऽ''

''आरं जा मुडद्याऽ तुला आयभैनी हायत की नायऽ इत्कं त कसं माजल्यावानी झालावऽ'' तिला संतापानं, भीतीनं जास्त बोलता येईना तसं चवताळून तिला

बाजेवर उताणं पाडत तो म्हणाला,

"च्या मैलाऽ तुला काय वाटतंऽ असं बोलऽ बिल्ल की लगोलग मुकादम सोडून दीलऽ ह्या मुकादमानं कितीक असली पाखरं टिपलीतऽ जास्त आवाज कराय जाशील त हे बगऽ एका झटक्यात कोथळा काढून या कपौंडाच्या बाहीर उसात दीन म्हणावा फेकून."

त्याच्या हातातला चाकू पाहताच तिची बोबडी वळली. दरदरून घाम सुटला आणि हातापायांतलं बळच गेलं. पुढचं सगळं मुकादमाच्या दृष्टीनं सोपं होतं. एखाद्या लांडग्यानं लबालबा शेरडी चाबलावी तसं त्यानं तिच्या शरीराचं केलं. तिला वाटलं आपण बेशुद्ध पडलो असतो तरी बरं झालं असतं; पण चक्क डोळ्यानं तिला हा सारा अत्याचार निमूटपणं सोसावा लागला. तिच्या साऱ्या स्वप्नांचा चक्काचूर झाला होता. वर दिवा भगभगत होता आणि तिच्या मनात चुलवणातल्यागत जाळ चालला होता.

जरा वेळानं तो बाजूला झाला. "ह्यातला एक शबूद बी बाहीर सांगितला तर बघ.. मग मी हाव आन तू.." त्यानं दम देत तिला उठवलं. पोतं धरायला सांगितलं. त्यानं किती पेंड मोजली आणि किती घातली हे तिच्या ध्यानातही आलं नाही. ती पेंडीचं पोतं डोक्यावर घेऊन निघाली तेव्हा आसपासची निर्जीव खुराड्यासारखी घरं तिला बघून खदखदा हसताहेत आणि मोठा राक्षस आपल्या तेवढ्याच मोठ्या चिलमीतून धूर सोडत आहे असं तिला वाटत होतं. गाडीतळावर पोचली तर मल्हारी तिची वाटच पाहत होता.

"दुकानावरल्ली उडाळी होतीवऽ?" त्यानं निरागसपणे विचारलं. ती काही बोलली नाही. दिव्याचा उजेड आपल्या चेहऱ्यावर येऊ नये अशा बेतानं ती उभी राहिली. काही न बोलता तिनं डोक्यावरचं बाचक खाली उतरलं. घाईघाईनं तोंड सोडून मल्हारी बैलांना पेंड ठेवण्यात गुंतून गेला. सुसरीसारख्या वर तोंड करून पडलेल्या उसानं भरलेल्या गाड्या आणि कारखान्यातील यंत्रांची प्रचंड घरघर यानं तिचे मूक हुंदके गिळून टाकले.

आठ

रात्री थोडासा पाऊस झाला होता. त्यामुळे हवेतला गारठा तर चांगलाच वाढला होता; पण थोडासा चिखलही झाला होता. वास्तविक, हे थंडीचे दिवस. पावसाचे तसे काही चिन्ह दिसत नव्हते, तरी पण पूर्वेकडून खारवट आले अन् रात्रीत झिमझिमीला सुरुवात झाली. बराच वेळ रिपरिप चालू होती. गाडीवान गाडीखालीच आसरा घेऊन राहिले होते. पहाटेचं फडावर निघताना पावसाचा ओला वास जाणवत होता. झाडंझुडं, उसाचे फड न्हाऊन हिरवेगार झालेत हे त्या पहाटेच्या अंधारातही जाणवत होतं. लुगड्याचे धडपे, धोतरे, चादरी डोक्यावरून घट्ट पांघरून घेऊन सारी गाड्यातनं गिडीगूप बसली होती.

फडात पोचली तर सगळं वलंगार होतं. चिकचिक झाली होती. सऱ्या ओल्या झाल्या होत्या. उभा ऊसही वला होता. वाड्याच्या बेचक्यातनं पाणी निथळत होतं; पण तोडल्याशिवाय इलाज नव्हता. सारीजण कमरा कसून फडाला जडली. एकच कालवा उसळला. सऱ्या वाटून घेऊन शेतं धरली गेली. सपासपा ऊस तोडून ढीग घातले जाऊ लागले. पायानं तुडवले गेल्याने जास्तच चिकचिक झा़ली. पाचट सऱ्यावर पडून पाय सटावर पडू लागले. पाष्टीचा नीट हारा लावता येईना की नीट मोळ्या बांधता येईनात. चिखलाच्या राडीनं सगळं अंग भरून गेलं.

सुर्वंताचे डोळे रात्रभर रडून मुटक्याएवढे झाले होते, लाल झाले होते. मल्हारीनं चांगलं दिसायला लागल्यावर गाडीतच तिला विचारलं, तर तिनं तुम्ही तिकडंच होतावऽ रात्रभर झोपच आली न्हावऽवगैरे सांगून वेळ मारून नेली होती. लाजेनं अन् भीतीनं तिला खरं सांगायचा धीर झाला नव्हता. होणारही नव्हता. मुकादमाचा सुरा अन् नवऱ्याचा कोरडा, या विचित्र कात्रीत ती सापडली होती अन् म्हणूनच गप्प होती. आल्या प्रसंगाला तर ती टाळू शकली नव्हती. पुन्हा रामायण वाढवण्यात काही अर्थ नव्हता. पुन्हा जर का मुकादमानं असलं धाडस केलं तर मात्र... तर मात्र...विचारानं तिचं डोकं फुटायची वेळ आली होती. सगळं अंग कसकसत होतं, ओटीपोटात मधूनच कळा मारत होत्या. त्या पार मस्तकापर्यंत

जात होत्या. ती तशीच मन घट्ट करून कामाला लागली. मल्हारी सपासपा बेटच्या बेट तोडून टाकत होता. ती मूकपणे ऊस सवळत होती, वाढ बाजूला टाकत होती. पाचोळा बाजूला टाकत होती, विळ्यानं पाचट बाजूला करीत होती. किल्ली दिलेलं खेळणं जसं करामती करत राहत तसंच. आजूबाजूचा कलकलाट तिच्या कानांतही घुमत नव्हता. तिच्या डोक्यात दुसराच प्रचंड कोलाहल माजला होता.

मोळीइतका ऊस सवळून झाला म्हणून ती मागं वळली. चांगल्यापैकी कवळं वाढं काढून मोळी बांधण्यासाठी तिनं सरीवरनं पाऊल टाकलं अन् ओल्या झालेल्या निसरड्या सरीवर ओलीच पाचट असल्यानं सर्कन् ते निसटलं अन् ती काही कळायच्या आतच सप्‌कन आपटली. तिच्या तोंडून अभावितपणे किंकाळी फुटली. तोडलेल्या उसाचा खनपूस तिच्या पोटात रुतला अन् ती जास्तच इव्हळली. तिच्या किंकाळीनं मल्हारी मागं वळला. बाजूच्या पातीवरच्या आयाबाया धावून आल्या. "काय झालावंऽ" म्हणत तिला उठवू लागल्या. तिला उठायचं सुचलंच नाही. अगोदरच ओटीपोटात मधूनमधून कळ मारत होती ती या खनपुसानं वाढली. जीवघेणी कळ...पोटातनं खाली जाणारी, मस्तक बधिर करणारी...आतून आतडी गोळा होऊन घशापर्यंत येणारी...तिनं घट्ट ओठ दाबून धरले अन् हाताचा रेटा देऊन दुसऱ्या हातानं बायकांचा आधार घेत उठली तर लुगडं ओलं झालं होतं, कासोटा घातला होता तरी मांड्या ओल्याचिंब झाल्या होत्या. ती शहारली. अंगावर जायला लागलं होतं! देवा!...तिनं मूकपणे टाहो फोडला...लाजेनं ती बोलूही शकत नव्हती. हळूच एकजणीला तिनं सांगितलं अन् तिनं तिला हाताला धरून उसात नेली, बावचळून कोयता तसाच धरून मल्हारी उभा राहिला. त्याला काय करावं ते सुचेना. दोघी गेलेल्या उसाकडे पाहत तो उभा राहिला.

गच्च उसाच्या फडात बांधावर तिला त्या बाईनं बसवली.

"काय होताव ग सुर्वंते?" तिनं विचारलं.

घट्ट ओठ दाबून धरत, मान हलवत ती म्हणाली, "पोटात दुखतावऽ आयोयऽ आता गंऽ आता काय जगत न्हावऽ"

घावरून सोबतीला आलेली म्हणाली, 'आस काय करतीऽ शिळ्या भाकरीनं झालं असलं बायेऽ जा झाडा करून ये म्हनऽ"

येणाऱ्या कळा ओठ दाबून सोसत मान हलवत ती म्हणाली, 'नाय मावशऽ चळींतार वायलच दिसतावऽ" ती बांधावर उताणी पडली, तिचं हलक्याशा गेळ्याएवढं टपोरलेलं पोट बघून त्या वयस्क बाईच्या ध्यानात थोडं थोडं आलं... तिनं पाहिलं, पोटाला थोडी जखम झाली होती अन् लुगडं ओलंचिक झालं होतं. कळा वाढल्या होत्या आणि शरीर घट्ट करीत सुर्वंता त्या सोसत होती. बाहेर ऊस तोडणाऱ्यांचा कालवा उसळला होता. सुर्वंताला तसंच उताणं पडू देऊन सीताबाय बाहेर आली.

एकदोघी ज्या थोड्या माहितगार होत्या, वयस्क होत्या त्यांच्या कानाला लागली. सरीला पडली म्हणून निमित्त झालं; पण सुर्वंता पोटूशी हाय अन् बहुतेक आताच्या परिस्थितीवरून पोटच पडणार याची कानाला लागून तिनं कल्पना दिली. त्या दोघी तिघी भराभरा फडात शिरल्या. बांधावर सुर्वंता उलटीपालटी होत होती. चिखलानं सगळं लुगडं खराब झालं होतं. अंगावर जात होतं ते वेगळंच. दोघीतिघींनी पुढे होऊन तिला बसती केली. कासोटा सोडून लुगडं मोकळं केलं. तसा रक्ताचा लोटच्या लोटच बाहेर आला. बायांचे डोळेच झाकले. कसंबसं दाबून धरत त्या तिला धीर देऊ लागल्या...

... जरा वेळानं जीवघेण्या कळा शांत झाल्या... आणि ती निपचित पडली. गुंगीत डोळे मिटून पडली. दोघीतीघींनी विळ्यानं तिथंच चांगलं खोल उकरलं अन् तो अडीच-तीन महिन्यांचा लालभडक गोळा मातीआड केला. तास दीड तासातच सुर्वंता पांढरीफटक पडली होती अन् काय झालंय ते न कळून बावचळून मल्हारी न तोडलेल्या उसाच्या ढिगाकडं पाहत तसाच उभा राहिला होता.

त्या दोघीचौघी बाहेर आल्या अन् मल्हारीला म्हणाल्या, "बाबावऽ आता कामाचं राहू दी म्हन! तिला कारखान्याव नेवावी लागंलऽ एखादी सुई टोचल्याबिगर..."

"काय झालय् मावशे? काय कळना म्हनावाऽ" तो येडबडून गेला होता.

"आता काय हुयाचा रायलाव मल्हारी? पोटचं पडलं ना तिच्याऽ"

"आं?..."

"म्हून तं म्हंताव आमी की गाडी जुप बाबाऽ कारखान्यावं ने... दवाखान्यात नेवावा..."

त्यानं लगबगीनं कोयता टाकला अन् तो फडातच जाऊ लागला तसं त्याला अडवत त्या म्हणाल्या, "आरं गाडी जुप बाबाऽ आमी आनताव तिला हिक्कडंचऽ"

मग त्यानं कोरडा खांद्यावर टाकीत गाडी जुंपली. पाचसा बायकांनी तिला जवळजवळ उचलून गाडीत आणून टाकली. चादर पांघरून नीटनेटकी करत त्या म्हणाल्या, "हूं जाऊं दी..."

"तुमच्यापैकी कोन येत न्हाव संगती-?" त्याला एकट्याला कायच सुचेनासं झालं होतं. दोघीचौघीत कालवा सुरू झाला. तू जा, न्हाय तुच जा, माझ्यामागं पात बरीच हावऽ असा कलकलाट झाल्यावर फडातूनच मेम्बर ओरडून म्हणाला, "एकजनीनं कुणीतर जावावाऽ तिची पात काढू ना सगळी मिळूनऽ अशा टैंबाला काय म्हून गोंधुळ घालत बसताव काय समजत न्हाव." मग चट्दिशी सीताबायच गाडीत चढली.

कारखान्यावर येस्तवर मल्हारीचं मन सैरभैर होऊन गेलं. सगळाच घोटाळा

होऊन बसला होता. एक हात तुटल्यासारखाच झाला होता. आता हिचं औषधपाणी काय खाणंपिणं शिवाय गाडीचा घोटाळा-.

"दमानं घे बाबा" म्हणत सीताबाय तिला धरत होती.

कारखान्यावर आल्यावर त्यानं तिला दवाखान्यात टाकली. डॉक्टरनी तपासलं. नाडी पाहिली. डोळे पाहिले.

"ब्लिडिंग जास्त झालेलं दिसतंय. सलाईन द्यावं लागेल." ते पुटपुटले. काहीच न कळून मल्हारी अन् सीताबाय खाटेच्या कडेला उभी राहिली.

नर्सनी धावपळ केली अन् सलाईन चालू केलं. हात घट्ट धरायला सांगून ती टक टक करत निघून गेली. तो खाली बसला. सीताबाई खाटेच्या कडेला टेकून सुर्वंताचा हात घट्ट धरून बसली. तेवढ्यात मुकादम आला.

"काय झालाव अस एकाएकी?"

"काय पाय घसरून पडलीव पाष्टावरन! दुसरं काय? त्यात पोटूशी होतीव." मल्हारी उठून उभा राहत म्हणाला.

मुकादमाचा चेहरा किंचित काळ वरमून गेला. लगेच सावरत तो म्हणाला,

"काय सलायन लावलावऽ ठीक. मी भेटतू डाक्टरला. काय विंजेक्षण बिंजेक्षण द्याया सांगतावऽ" तो डॉक्टरांच्या केबिनकडे जाऊ लागला तसं त्याच्या मागं जात मल्हारी म्हणाला, "दवा बिवा तं डागदर देतावच..."

"मंग?"

"नाय, मी काय म्हंतावऽ आता हिचं तं आस झालावऽ मी एकला गडी आन... गाडी सोडून जमताव का-"

"कोन म्हंताव गाडी सोड म्हनून?"

"नाय, पर माग सवळाय नगो?"

"च्यामारी! आता आपल्याकडऽ मानसास्नी काय तोटा? ते बघू म्हन वस्तीव. मल्हारी, आता हे काय म्होरं वहाढून ठेवलाव आपल्या ताटात गाडाव... ते. चल- मी डॉक्टरला सांगताव वेवस्तशीर."

मल्हारीला त्याच्या आश्वासनानं थोडं हलकं वाटू लागलं. त्याच्याबरोबर न जाता कोरडा सारखा करीत तो खाटेकडंच माघारी आला. सुर्वंता डोळे मिटून निपचित पडली होती. चेहरा अतिश्रमानं पांढराफटक पडला होता. काय करावं हे न सुचून तो नुसताच इकडेतिकडे पाहत उभा राहिला.

"मलबाऽ कोपीव शाबूचं तांदूळ असत्याल?" सीताबाय विचारीत होती.

"आं-? आता शाबूचं तांदूळ कुठलं गे मावशेऽ पर मुकादमाच्या दुकानाव घावत्याल."

'मग थेच तं म्हणतीवऽ मी जाऊन खीरबीर आनतीवऽ" ती उठली. तेवढयात

मुकादम आला.

"काय काळजीचं कारान न्हाय म्हनताव डॉक्टरसाहेबऽ पर आता कामबिम करू देऊ नका म्हणलावऽ" मुकादम तिच्याकडे पाहत म्हणाला.

"आता काम कशाचं होतावं आन् काय?" खांद्यावरचा कोरडा चाळवत मल्हारी म्हणाला, "पर आज घरी नेऊन देतावंऽ का ऱ्हाा म्हनीतो डागदर?"

"संध्याकाळी सांगंल म्हना ऽ पर तसं काय न्हाय ऽ तवा कोपीव नेल्याला बरंऽ"

"बरं, मुकादम, सीतामावशीजवळ शाबूचं तांदूळ तेव्हढं द्या म्हंजी काय तं खीरबीर करून आनंल ती. कसं?"

"हां हां देताव नाऽ चला मावशीबाय!" दोघं तळाकडे गेले. तो उदासपणे खाटेजवळ बसून राहिला. दवाखान्यातल्या औषधांच्या, फिनेलच्या वासानं, पेशंटच्या कण्हण्यानं अन् आजचं काम बुडालं या विचारानं त्याचं डोकं दुखू लागलं. मधेच त्याला गाडीची, बैलांची आठवण झाली अन् धावत बाहेर जाऊन त्यानं गाडी, बैलांकडे नजर टाकली. बैलं वाढ चघळून खुशाल बसली होती आणि माना हलवत रंवथ करीत होती. त्याला बरं वाटलं. बैलांना पाणी दावून आणायला हवं होतं; पण खाटेपास्नं हलताही येत नव्हतं. लगबगीनं तो माघारी फिरला. सीताबाय आल्यावरच जाऊ असा विचार त्यानं केला.

जरा वेळानं आलमीनच्या डब्यात खीर घेऊन सीताबाय आली. सलाईनची बाटली संपली होती. स्टॅन्ड बाजूला नेला होता. डबा खाली ठेवत ती म्हणाली,

"बाबा, साकार बी आनली दुकानातनंऽ दूध होतावं माझ्याकडेऽ"

"साकार आनली तं बरं झालावऽ इसारलूच सांगायऽ"

"उठऽ ती की नायऽ" ती खाटेपाशी बसत म्हणाली. सुर्वंतानं डोळे किलकिले केले. जाणीव न झाल्यागत फडफडवले मग इकडेतिकडे डोळे उघडून पाहिलं.

"सुर्वंतेऽ खीर आनलीवऽ उलीसी खा म्हन.' सीताबाय म्हणाली. ओठाच्या कडेला आलेला चिकटा बोटानं पुसून काढत तिनं मान हलवली.

"आगं आसं काय करतीवऽ बाये, थोडं खाल्लाव म्हंजी तकवा येतुवऽ"

तिनं तोंड मचूळ झाल्यागत मान पुन्हा हलवली तसं उठून खाटेवर बसत मावशी म्हणाली, "आसं म्हनून कसं चालंलऽ उग. बघ तरी म्हनं!"

मग कष्टानं उठून बसत मावशीचा आधार घेत, ती खोल आवाजात म्हणाली, "काय वासनाच हुऽ ई नावऽ तुम्ही भाकर खाल्लावं?" तिनं दोघांनाही विचारलं.

"तू तं अदुगरं खाऽ आम्ही काय धट्टीकट्टी हावतऽ खाऊ म्हणावा.ऽ" "तुम्ही का उपाशी ऱ्हायलावंऽ भाकर खाऊन घियाची न्हावंऽ पानी आसंल न्हवं हिथं?" ती खोल आवाजात मल्हारीला म्हणाली. तसं पुढे होत तो म्हणाला, "आता बास ना आमची काळजी! पयलं तू तं एवढी खीर पोटामंदी घाल! मग म्होरचं म्होरं..आपून...'

त्याला काय म्हणायचं ते तसंच अर्धवट सोडलं.

मग तिनं डबा तोंडाला लावला. कशीबशी खीर तिनं संपविली.

संध्याकाळी औषध देऊन, काही गोळ्या लिहून देऊन डॉक्टरांनी घरी जाण्यास परवानगी दिली. गाडीत वाकळा, घोंगड्या हथरून मल्हारीनं गादी तयार केली व सीताबाई, मंजुळा अशा बायांच्या मदतीनं त्यानं गाडीतनं तिला कोपीवर आणून टाकली.

"काय म्हणता काय होऊन बसलावऽ" ती रडक्या आवाजात त्याला म्हणाली.

"आता तेला काय करनार हाव आपून? व्हणार ते काय चुकत न्हावऽ" त्यानं धीर दिला.

"न्हाय ते तं एक झालावचऽ पर आता आपल्या धंद्याचं किती नुकसानऽ" ती म्हणाली.

"मुकादम म्हनलावंऽ म्हैनक्या देतु. काय काळजी करू नगस म्हणून," मल्हारी म्हणाला.

"काय फुकट देतावं म्हैनक्या? गाडी बसून ऱ्हायली तं त्याचं कमिशनं बुडलं, झालंच तर हप्ता ऱ्हाईल नं आपलंच समदं नुकसान. आवो, म्हैनक्याचा पगार , मुकादमाचा हप्ता, दुकानबाकी आन माजं ही असं, त्याचा खर्चन म्हंजी आपलं लुस्कान-" ती कडू आवाजात म्हणाली.

'तरी बरं आगं, देतूय म्हैनक्या ही काय थोडे असतावंऽ अन् मुकादम म्हणलाव दौखान्याचे बील मी भरतु...ऽ"

"काय?" काय तरी डसल्यासारखं ती किंचाळली, "काय म्हणून? आम्ही काय नादारीत निघालावं? कशापायी तेव्हढ्या पैशात मिंधं ऱ्हाताव मी म्हणते?" तो का बिल भरतोय् ते फक्त तिला एकटीलाच माहिती होतं म्हणूनच ती चवताळून उठली होती. अन् मल्हारीला विचारीत होती.

"आता बघू म्हन पुनींदाऽ लई बडबड करून लागती. आता गप झोप बायेऽ मी बघताव कोन म्हैनक्या देतुय मुकादम..." मल्हारी तिला शांत करीत मुकादमाच्या दुकानाकडे जात म्हणाला.

दिवसभर कोपीतळावर शांतता असे. कोपीला राखण असणारी पोरं, एखाद दुसरी म्हातारी अन् म्हशी, वगार गोऱ्हे ...मुकादमाच्या दुकानात ट्रान्झिस्टर चालू असे. त्यातल्या गाण्याची लकेर कानावर येई. लोहाराच्या भात्याचा ठाकठोकीचे आवाज,शिंप्याच्या मशीनचा आवाज, कारखान्याचे होणारे भोंगे, ट्रकचे कर्कश हॉर्न आणि सगळ्यांचा मिळून एक बाजार भरल्यासारखा कोलाहल ...सुर्वंता, सुन्न मनाने हे ऐकत कोपीत पडून राही. झालेल्या घटनांचा तिच्या मनावर फार परिणाम झाला होता. थोड्या काळात तिला बरंच भोगावं लागलं होतं. नवऱ्याचं प्रेम, अनोख्या

सुखाची चव रेंगाळतीय् की नाही तोवर मातृत्वाची चाहूल अन् नंतर लगेच मुकादमाची बळजबरी . पाष्टावरून पाय घसरून पडणं अन् बळजबरीचा धक्का अन् हे पडणं यातून झालेला वाखा...उठून उभं राहिलं की तिच्या डोळ्यांपुढे अंधारी येई. पाय कापू लागत. हातापायात शक्तीच नसल्यासारखं वाटू लागे. चरकातून पिळून काढल्यासारखं तिला वाटू लागे. स्वत:चंच अंग पांढरंफटक दिसू लागे. संध्याकाळनंतर तळाला जाग येई. कालवा, गडबड चालू होई. चुली पेटत, कालवणाचे, भाकरीचे वास दरवळत...ओल्या वाढ्यांचे वास येत...गाड्या सुटत-मोठमोठ्या आवाजात चाललेली बोलणी-कलकल करीत, पाण्याला जाणाऱ्या बायका...रडणारी पोरे, हंबरणाऱ्या म्हशी या सर्वांनी कोपीतळ गजबजून जाई; पण दिवसा मात्र करमत नसे...उदास वाटे...ह्या अंगावरून त्या अंगावर ती पडून राही. मधूनच मुकादमाची भीती वाटे, मधूनच गावाची सय येई. जावेची, शालनची...मधूनच माहेरची...मधूनच कुठलाही आकार न धरलेल्या त्या पोटच्या गोळ्याची...अन् डोळ्यांपुढे अंधारी येई. तोंड मचूळ होई.

तरी मल्हारी सगळं करत होता. म्हैनक्याला काट्यावर बसवून कोपीवर येत होता. पाणी आणून देत होता. कशीतरी बसून ती चार भाकरी थापत होती कधी शेजारीण थापून देत होती; पण शेजारणीला तरी किती ताप द्यायचा? मल्हारीनं बाजारातनं सुकटबिकट, बोंबील वगैरे आणलं होतं. झाल्या तर थोडा गरा पण आणला होता. खारीक खोबरं पण आणलं होतं. खा, पण चांगली बरी हू, असं म्हणत होता अन् असल्या वांझोट्या बाळंतपणासाठी असली पत खायला तिचं मन कुरकुरत होतं.

शेवटी ती कोपीवरच्या पडून राहण्याला कंटाळली अन् एक दिवशी भल्या पहाटेच फडात जाणाऱ्या गाडीत बसली तेव्हा मल्हारी तिच्याकडे पाहतच राहिला.

नऊ

गोपादा चांगलाच चिडला होता. मुकादमावर भडकला होता. संध्याकाळची वेळ होती. फड जवळ होता म्हणून काटा लौकर झाला होता अन् गाड्या तळावर येरवाळीत आल्या होत्या. बायाबापड्या पाणीलोणी बघत होत्या. माणसं बैलांना खायलाबियला टाकून निवांत इकडेतिकडे करीत होती. कोणी बिडीकाडी, तंबाखूसाठी दुकानात बसली होती. रेडिओ चालू होता. परभणीवर चांगली गाणी लागली होती त्यातच गोपादा कशाला तरी दुकानावर आला अन् त्याचं न् मुकादमाचं वाढलं...कायतरी जिन्नस घेतला अन् मुकादमाचा भाव ऐकून,

"दुनियेच्या इऱ्हाईत भाव सांगताव, मुकादम!"

"दुनियेच्या इऱ्हाईत कसा बा?"

"न्हाय तं काय! असला भाव कुठे हाव? उगं आमी नडलाव म्हून कसंबी व्हलबडायचं!"

"मी तं काय हितं दामाजीपंत म्हून नाय आलाव गोपाऽ तुमाला सगळं पुरवायचा पत्कर घेतलाव काय मी? नसलं दुकानचं माझ्या पडवडत तं आनावा बहिरनंऽ"

"तिथं तं घोडं पेंड खातावऽ आमच्या नाड्या तुमच्या हातातऽ रोख पैका न्हाय म्हनूनऽ पर ही खरं न्हावऽ"

"काय. खरं न्हाव?" मुकादमाचा आवाज चढला तसं तोही जोरात बोलू लागला. रेडिओ आपोआप कमी झाला. दुकानातल्या माणसांच्या बिड्या विझल्या, तंबाखूची गोळी आल्लाद दाढेला गेली. दुकानापुढे ही गर्दी जमली. पोरंसोरं सदऱ्याचं टोक दातात धरून चवीनं चघळत भांडण पाहू लागली. बाया भाकरी थापता थापता तशाच उठून उभ्या राहिल्या अन् दुकानाकडे पाहू लागल्या.

"आता ही साळा कोनाला शिकवताव, मुकादम! सगळ्यातनं कापनं चालूच हावऽ लव्हाराच्या पैशात कमिशण, शिंप्याच्या शिलाईत बी कमिशण कापडात, आता ह्या मालात बी..."

“आर बा? आर माझ्या तं काय दारात पैक्याचं झाड हावऽ हिथं व्हा मुकादम म्हंजी हिसका समजंलऽ सगळ्यांना सांभाळावाऽ तवा ही चालतावऽ आर साहेब, एक का दोन, चीटबॉयपासून नंबरवाल्यापर्यंत आन हिथ्थलं तं वायलंच लव्हार म्हनु नका, सुतार...कावो पवने?”

लालपटकेवाल्यानं हिकडेतिकडे मुंडी हलवली. त्याचा कसाही अर्थ होऊ शकत होता.

गोपादा चिडून म्हणाला, “आता ह्यात काय आकरीत सांगितलंय बा! नाचायचं म्हंजी आंगन तेढ म्हणून जमतावं! आनं असलं गबाळ मिळताव म्हनल्यावऽ काय पर ही खरं न्हावऽ आर पवणेबाबा ह्यानं आता ही मिरची तं बारा आनं छटाक धरलीव. तूच सांग बरं काय भाव पडलीऽ”

“आता बाबा मला जर एवढा हिसाब येत असताव ना गोपा त बालीष्टर नसतू का झालावऽ असंल काय ती रीतीनंऽ”

“कसली रीत? आर बाबा बारा आनं छटाक म्हंजी दीड रुपयाला शंभर आनं...अन पंधरा रुपय किलू बसलीऽ आता बोलऽ हाय का आख्ख्या दुनियेत भावऽ लेकानु काय खुळं झालाव एखाद्या बिडीच्या तुकड्यावंऽ”

मुकादम जास्तच चिडला होता. त्याचं सगळंच गोपादानं बाहेर काढलं होतं.

“हे बघऽ जमताव त यायचं न्हाय तं आमी काय गूळखोबरं दिलं न्हाय गोपाऽ उगं कचकच नकू दिवाबत्तीच्या टैंबालाऽ”

“आता बोलायची बी बंदी हाव? लेका आमच्या तं जीवावं ताल करतावऽ ही बरं न्हायऽ”

‘आर पर तू हुना मुकादमऽ बघ जमताव काऽ लेकानू गाडी कुठल्या नंबराला लावायची ती समजत न्हाव आन् लागले गोष्टी कराय्! कशान कसं साहेबाला सांभाळावं लागताव, ॲडव्हान्स आनावा लागताव, पोग्रॅम करतावऽ तेची काय तुम्हाला दखल भौऽ”

“न्हाय, ते बी खरंच हाव म्हना... आर बाबा मी एकडावच त्या हापीसात गेलतावऽ काट्यावं भांडान झाला म्हनून तर काय येडबडल्यावानी झालावऽ कुठं शिरायचा आन काय...” टोपीवाला म्हणाला.

गोपा रागानं उभा थरथरत होता. त्याच्या ध्यानात सर्व आलं होतं. आपण मरमर कष्ट करून ऊस पुरवायचा, पावसापाण्याची, थंडीवाऱ्याची पर्वा न करता फडच्या फड तोडायचे, बैजबार कारखान्याला पोच करायचे अन् लोण्याचा गोळा ह्यानं मटकावयाचा! बिलातलं कमिशन, व्याज, दुकानातला फायदा... एक ना दोन ...म्हणून तो बिघडला होता. निदान दुकानचा माल तरी त्यानं रीतसर भावात द्यावा म्हणून तो भांडायला गेला होता; पण बाकीचे कान कापल्या कुत्र्यागत गप्प राहिले

होते. त्याच्या बाजूनं बोलण्याचं एकाचंही धाडस झालं नव्हतं.

सुर्वंताला वाटलं होतं, गोपादा बोलल्यावर सगळे चवताळून उठतील, सगळ्यांपुढे तो एकटा काय करतोय्! शेवटी कष्ट करताहेत हे सगळे, तो काय बांडगुळासारखा! सगळ्यांनी मिळून घेरला तर कसा झटक्याला वठणीवर येईल. ती लक्ष देऊन भांडण ऐकत होती; पण पुढे हळूहळू कुरबूर झाली अन् सार शांत झालं. बहुधा गोपादा कोपीकडे गेला असावा. ट्रान्झिस्टरची लावणी पुन्हा जोरात ऐकू येऊ लागली. ती निराश झाली. खरं तर तिच्या मनातलं गोपादा बोलला होता. इतकं साधं सरळ कुणाच्या ध्यानात कसं येत नाही, आपण पिळले जातोय्, भरडले जातोय्, आपला बाप...आपण...आपली पोरं...अशीच ह्या चरकातनं पिळली जाणार, ह्यातनं सुटका नाही...कसाबाच्या मागं जाताना जित्राबंसुद्धा जाणीव होऊन वढ खातात; परंतु ही माणसासारखी माणसं...अगतिक...ती सुन्न होऊन भाकरी थापू लागली.

दोन चार दिवस गेले...फडातनं गाड्या भरून देऊन जळाणकाटूक गोळा करून घेऊन त्या साऱ्याजणी लगबगीनं खोपटावर परतल्या होत्या. कुणी दळण घेऊन गिरणीवर पळाल्या होत्या. तर कुणी नळावर घागरी घेऊन धावत होतं. तेवढ्यात खोपटावर कालवा उसळला. कोणीतरी ओरडत आलं होतं...'गोपादाच्या गाडीला टरकान धडक दिलीऽ गाडी पडलीवऽ'

सगळ्याजणी त्याच्या खोपीकडे धावल्या होत्या. गोपादाची बायको नुसतीच आरडत ओरडत होती, इकडेतिकडे पळत होती. आता तर गाडी भरून देऊन आपण आलो होतो अन् असं कसं झालं? सगळ्या आयाबाया कलकल करत होत्या. आपापसात कसं झालंऽ काय झालंऽ म्हणत होत्या.

दोघीतिघींनी गोपादाच्या बायकोला समजावलं अन् तिला घेऊन त्या दवाखान्याकडे गेल्या. बाकीच्या आपापसात कलकलत कामाला लागल्या.

ट्रकचा ठोसा बसल्यानं गोपादाची गाडी पडली होती. चाकपट्टीचा चुराडा झाला होता. वरून पडल्यामुळे गोपादाचा खुबा दुखावला होता अन् एक बैलही चांगलाच जायबंदी झाला होता. जोतं न सुटल्यानं त्याला फास लागला होता. कोरडा एकीकडे, गोपादाची टोपी दुसरीकडं, बरं त बरं उसाच्या मोळ्या अंगावर नाहीत पडल्या न्हायतर गोपादा जिता राहतच नव्हता.

गाडी जाग्यावरच पडली होती. ऊस तसाच. गोपादाला त्याच ट्रकमधून दवाखान्यात आणून टाकला होता. मुकादमानं मग धावपळ करून दोन गाड्या नेऊन ऊस भरून आणला. गाडीचं चाक दुरुस्त करून घेतलं, सुतार नेऊन, अन् तळावर

आणून सोडली. बैलाला इष्णुदादाकडून बघून कसलातरी झाडझाडोरा बांधला होता.

जसं काही मध्यंतरी गोपादाचं अन् मुकादमाचं भांडण वगैरे झालंच नव्हतं. ज्यांच्या मनात गोपादाच्या बोलण्यानं चलबिचल झाली होती तेही मुकादमाला नावाजू लागले होते.

"बघ ना भौऽ पाठचा भाव बी असं करणार न्हावऽ इतक तं बोलला गोपादा त्या दिशी पर आज येळंला कोन झाला, औव?"

"आरं बाबा एकानं गोऱ्हा कापला म्हून आपून गाय कापून जमतावंऽ परदेस कराय आलाव आपूनऽ येळवखत जाणला त हायऽ" मुकादम म्हणायचा. सगळी माना डोलवायची.

पण सुर्वंताला पक्की खात्री होती. गोपादाच्या गाडीला टरकानं धडक दिली ती काय अमानधपक्यानं नसावी. मुकादमाचाच डाव असावाऽ आन आता मदत करून डोंगराएवढं उपकार करून ठेवलं त्या गोपादावर. आता कश्याला जलमभर तो पापणी वर करून बोलंल? तोच काय, त्याची पोरं, त्या पोरांची पोरं, आता मदत केली म्हणजे तरी काय केली...गाडी नीट करून घेतली. त्याचा बिल गोपादाच्या नावावर टिपला असंलच, दवाखान्याचा तर हिशोबानंच जातोय् त्याच्या खात्यावर...शिवाय आता महिना दीड महिना गाडी बंद म्हटल्यावर बिल नाही. बिल नाही म्हणल्यावर ॲडव्हान्स फिटणं मुश्कीलच. म्हणजे व्याजात व्याज वाढतयच...काय मदत केली? आता मुकादमाचाच हा बनाव असंल हे कुणालाच पटलं नसतं; पण सुर्वंताला मात्र मनोमन खात्री होती की एखाद्या वळखीच्या ट्रकवाल्याच्या कानाशी लागून हे असं केलं असंल! बरं नगरी भौ आडमुठ असतेत, रस्ता देत नाहीत, हे सगळ्यांचंच मत होतं, त्यामुळे याच्यामागं मुद्दाम काहीतरी असेल याची कुणालाच पुसटशीसुद्धा शंका यायचं कारण नव्हतं.

म्हणजे गोपादाच्या रूपानं थोडंफार वादळ उठलं असतं ते असं विरून गेलं होतं. तो दवाखान्यात प्लॅस्टरमध्ये पडला होता. बाकीचे मुकादमाचे गोडवे गात पूर्ववत् कामाच्या रहाटगाडग्यात रमून गेले होते. गाडी नीट करून देऊन मुकादमानं गोपादाची पण गाडी थोड्याच दिवसांत चालू केली होती. बिचारी त्याची बायको गाडीबरोबर जात होती...लौकर घरी येऊन सैपाकपाणी बघत होती. दवाखान्यात पण जात होती. गोपादाच्या पोटापाण्याची व्यवस्था, कोपीवरचं दळणकाटूक अन् तोडणीचा हुंबडाऽ यानं तिची मात्र त्रेधातिरपीट होत होती. तिच्या धावपळीला सीमा नव्हती. तिचे हाल बघून सुर्वंताचे आतडे आतल्या आत पिळवटे, कधीतरी ती भाकरी थापून देई, कधी तिच्या मागची पात, आपलं उरकून हारा लावायला, वाढ वेचायला ती मदत करी.

दुसरं काय करू शकणार होती ती...तिलाही अजून पूर्वीसारखी शक्ती आली

नव्हती, अजून कमरेतनं मधूनच सणका निघत; पण आपल्यापेक्षा गोपादाच्या बायकोचं बघून तिला वाईट वाटे अन् ती तिला मदत करी; पण मुकादमाबद्दल तिच्या मनात असलेला संशय बोलण्याचं मात्र धाडस तिला झालं नाही ..

गोपादा बरा होऊन घरी आला. काठी टेकत हळूहळू चालू लागला. पाय चोळून घेऊ लागला. दमादमानं गाडीवरही जाऊ लागला; पण पूर्वीचा गोपादा राहिला नव्हता, रागानं मुसमुसणारा, अन्यायानं चवताळलेला...

त्याचं नुसतं चिपाड होऊन गेलं होतं. अंगावरच्या उचलीच्या रकमेनं अन् या अपघातात झालेल्या नुकसानीमुळे तो चेपून गेला होता. परिस्थितीनं तो तिवा झालेल्या जनावरागत वाकून गेला होता. चेहऱ्याकडे बघूने एवढा गरीब झाला होता. आता खच्ची केलेल्या बैलागत तो मुकाट्यानं काम करत राहणार होता...

दहा

कारखान्याचा काहीतरी घोटाळा झाला अन् सगळंच बंद पडलं. तो दिवसरात्र ऊस फोडणारा आवाज, वाफेची फुस्सऽ सगळं थांबलं. लाट फुटली होती वाटतं. गाड्या, ट्रक वजन करून उसाचा डेपो लावला गेला. तोडणी बंद केली, त्यामुळे सक्तीच्या सुट्टीवर सारी कोपीवरच राहिली. कोणी टोळक्या टोळक्यानं फिरायला गेली. कुणी निवांत गप्पा मारीत राहिली. केव्हा घोटाळा दूर होतोय् अन् कारखाना चालू होतोय याची मिटीमिटी वाट पाहत राहिली. तोड बंद झाल्यानं दररोजचं ओलं वाढं बैलांना मिळेनासं झालं. वाढ्याचे भेळे आजूबाजूच्या शेतकऱ्यांना विकून येणारे रुपाय आठ आणेही नगऱ्यांच्या खिशात खुळखुळनात. दुकानातनं उधार बिडीकाडी आण, तंबाखूची पुडी आण, लोहाराच्या भात्यावर बैस, धावा ठोकून घे, शिंप्याकडून शिलाई मारून घे असली किरकोळ कामं करू लागले. बायका आठवड्याचं दळण, जळण काटूक यांची बेगमी करू लागल्या.

कारखाना केव्हा चालू होईल याचा नेम नसल्यानं सुट्टी असूनही गावाकडं जाता येत नव्हतं. सुर्वंताच्या मनात गावाकडे जाऊन यावं असं फार वाटत होतं; पण इकडं जर कारखाना लगेच चालू झाला तर पंचाईत होती. मग तिनं घरातलं दळणबिळण बघितलं, बाजारातनं मिरच्या आणून ठेचा करून ठेवला अन् मल्हारीचा एक्का, बनेल, आपलं लुगडं, चोळी, वाकळ, चादर असा धुण्याचा भारा काढून ती कॅनालवर धुवायला गेली. कॅनालकडे जाताना तिला मागं घडलेल्या प्रसंगाची आठवण झाली अन् ती शहारली. कामाच्या रगाड्यातनं तळाला जाऊन बसलेली ती आठवण, पाणी उधसून जसा गाळ वर यावा तशी वर आली अन् बागायतदाराचा तकतकीत, एखाद्या बोक्यासारखा चेहरा तिच्या नजरेसमोर आला. ती कॅनालवर आली तर कॅनाल कोरडा होता. पाणी अजिबात नव्हतं. कुठे खाचखळग्यात पाण्याची डबकी साचली होती तिथं उघडीनागडी पोरं चिंगळ्या, खेकडे दिसतात का ते पाहत होती. एवढं धुणं धुवायचं म्हटल्यावर पाणी बक्कळ पाहिजे होतं. तिनं विचारात पडल्यासारखं करून इकडेतिकडे पाहिलं. कॅनालच्या पालीकडच्याच

बाजूला तिनं पहिल्या दिवशी रामाच्या देवळातनं पाहिलेला तो निळसर बंगला होता. आजूबाजूला उसांचे हिरवे गच्च फड होते. बंगल्यापासून जरा दूर विहीर होती अन् विहिरीवर मोटार चालू होती. फेसाळ, पांढरंशुभ्र पाणी पाटात पडत होतं. एकदोघीजणी थारोळ्यात, दगडावर धुणं धूत होत्या. ती कॅनाल ओलांडून आली. विहिरीवर गेली. धुण्याचा भारा पाण्यात टाकून पायानं भिजवत ती हिकडंतिकडं पाहू लागली.

उसाचे गच्च फड होते. नारळाची पाचसहा झाडे उंच वाढली होती. बंगल्याभोवती गर्द कुंपण होतं. बाजूला पत्र्याचा गोठा होता. कसल्या तरी निराळ्याच पुष्ट गायी दिसत होत्या. विहिरीवरून बारकीशी पाइपलाईन बंगल्यापर्यंत नेली होती. बंगल्याच्या बाजूच्या पटांगणात धापाच झोपड्या होत्या. तिथे काम करणारे मजूर राहत असावेत. कोंबड्यांचा एक मोठा पिंजरा होता. बरेचसे पक्षी दाणे टिपत त्या पिंजऱ्यात फिरत होते. तिनं हे सगळे न्याहाळलं. भिजलेलं धुणं दगडावर ठेवलं अन् साबणाची वडी लुगड्याच्या केळातनं काढून ती एकेका कपड्याला लावू लागली. फेस होऊ लागला. ती एकेका कपड्याला घसरा देऊ लागली; कपडा खळबळू लागली. तिचं अर्धं धुणं धुऊन झालं होतं तेवढ्यात अचानक मोटर बंद झाली. गर्र्र्र आवाज बंद झाला अन् फेसाळता पांढराशुभ्र प्रवाह बंद झाला. धुणं थोडंच राहिलं होतं. काय झालं? पाणी संपलं का लाईन गेली? ती नादात धुणं धूत होती ती भानावर आली. तिनं चट्‌कन इकडेतिकडे पाहिलं.

स्वीचबोर्डाकडनं तो वर थारोळ्याकडे येत होता. हातात अंगठ्या, स्वच्छ लेंगा अन् बदामी रंगाचा टेरिकॉटचा शर्ट, केसाळ छातीवर लॉकेट रुळत असलेलं अन् पानानं दात रंगलेलेऽ तिनं अभावितपणे त्याच्याकडे पाहिलं अन् नकळत हसू फुटलं, तिच्याही नकळत. "तुम्ही हाव?..."

तिच्या नगरी हेलाला हसत तो म्हणाला, "मंग? तुला काय वाटलं?"

"माझ्या मनी लाइन गेली का पानी खलास झालं म्हणावाऽ" ती खाली धुण्याकडे बघत म्हणाली.

"त्या दिवशी आम्ही बोलतुयऽ उभा ऱ्हायलूय् तर मासोळीवानी सुळकान निसटून गेलीयास त्याच्यावर आताशी नदरला पडतीयास! म्हणलं आज तरी काय तरी..."

ती गप्प राहिली. काय बोलावं... हा तर अंगावर आल्यासारखाच बोलतोय.

"का आजबी असंच घुमयाडऽ आं?" तो म्हणाला. "मोटार चालू करतावऽ" तिनं नजर उचलत म्हटलं तसं तिची नजर अल्लाद आपल्या डोळ्यानं पकडत तो म्हणाला,

"तरऽ तू खाली वाकून धुणं धुतानाच लई देखणी दिसती गं!"

त्यानं खाली जाऊन बटण दाबलं. परत पांढराफेक प्रवाह धो धो चालू झाला.

त्यानं पाइपला तोंड लावलं, पाण्याची चूळ घेतली अन् खळाळून टाकली. तो पाईपला धरून उभा राहिला.

तिला त्याच्या बोलण्यावर रागवावं का कसं तेच समजेना. एकीकडे हे बरं नाही, याच्यात अन् मुकादमात काय फरक आहे. दोन्ही पण वासनेने चवताळलेले लांडगेच तर दुसरीकडे त्याची समृद्धी, वैभव अन् रुबाबदारपणा, रुंद केसाळ छाती अन् दणकट खांदे... आपल्या मनात नक्की काय आहे याची तिची तिलाच नीट कल्पना येईना, एकीकडे ती पाण्यात टाकलेल्या ढेकळासारखी विरघळत चालली होती. तिचं हे विरघळणं तिलाही जाणवत होतं, चुकीचंही आहे असं वाटत होतं. तिनं लुगड्याचा पिळा खांद्यावर घेतला अन् मानेनं दाबून धरीत हातांनी पिळत ती म्हणाली,

"यो बंगला तुमचाच?"

"मंग? लोकाच्या हिरीवर यायचं काय कारण आपल्याला? हां आता तूच त्या पल्याडच्या हिरीवर गेली असती ना तर तिच्यायला काय सांगता येत न्हाय आलू बी आसतू त्या हिरीवर म्हणा-"

ती परत लाजली. ह्याच्याशी काहीही बोललं तर हा तिथंच बोलणं नेतोय, बरं न बोलावं तरी तो बोलल्याशियाय राहत नाही, धुणं अर्धवट घेऊन जाता पण येत नाही.

"न्हव मंग काय म्हणतंय मी-?"

"------"

"काय?" मग एकाएकी त्यानं दुसराच विषय काढला, "आयला मायंदाळ पैका मिळवता न्हाय? काय लेका तुम्हाला दिवस कळतूय का रातऽ का बैलांचा जीव...आं... टन दीड टन माल आणताय खेपेतऽ बरं सगळा घरातच पैका कीऽ तोडणार तुम्हीच, सवळणार तुम्हीच आन गाडीबी तुमचीचऽ या रामरगाड्यात मी म्हणतू तुम्हाला बाकी तरी काय सुचतं का न्हाई?" तो हसत म्हणाला. त्याच्या बोलण्यातली खोच तिच्या ध्यानात आली; पण ती आपल्या ध्यानात आलीच नाही असं भासवून ती म्हणाली,

"कशाचं पाटील पैका आन काय? समदं मुकादमाची उचल फेडण्यातच जातावऽ हारबारं खाऊन हात कोरडंच की.' तिचं धुणं संपत आलं होतं.

"आयला मग आमच्यातलं सालकरी, वाटेकरी बरं की! आं? करतीस का वाटा! मी सांगतु तात्यांनाऽ म्हंजी माझा बी तरास वाचंल. दररोज तुला हुडकत हिंडतोय्ऽ तुला कशाला आठवण ऱ्हातीय. पर त्या दिसापास्नं दररोज सांजच्याला मी फटफटीवरनं कारखान्यावर, कोपटाच्या आजूबाजूनं चकरा मारतूयऽ..."

तिनं लगबगीनं धुणं उचललं. काही पिळे खांद्यावर तर काही डोक्यावर घेत ती

चालू लागली. तिनं पाठीमागं वळून नाही पाहिलं; पण तिला जाणवत होतं की, त्याचे डोळे तिला न्याहाळताहेत, पिताहेत.

ती सुन्न, बावरी होऊन तळावर परतली. मल्हारी गाडीची ठाकठोक करत होता. त्याला पाहताचं तिला वाटलं धुण्याचे पिळे कोपीवर फेकून द्यावेत, त्याला घट्ट मिठी मारावी अन् मुसमुसून सांगावं, 'काय नकू या चिखलात न्हायलाऽ कुठं असली जनावरं नसतील अशा वनात जाऊ, जिथं वासनेनं लडबडल्या जिभा नसतीलऽ' अर्थात् तिनं यातलं काहीचं केलं नाही. मुकाट्यानं धुणं वाळत टाकलंऽ लुगडं कोपीभोवती पसरलं अन् हंडेल, चोळी गाडीवर टाकली.

कारखाना अजून चालू झालेला नव्हता अन् रिकाम्या मनात कसेही उलटसुलट विचार येत होते. काय खरं, काय चांगलं अन् काय वाईट तेच समजेनासं झालं होतं. राखायचं राखायचं म्हणूनही तिचं शील शाबूत राहिलं होतं का? तिला वाटलं आपण बाटलो ते बाटलोच, बळजबरी काय अन् कायऽ आपल्या मनात नसतानासुद्धा मुकादमानं आपलं म्हणणं खरं केलं होतंच. आपलं हे तारुण्य, त्यानं त्याच्या मनाप्रमाणं कुसकरलं होतंच की... मग ह्या बागायतदारा...

तिनं आपलंच मन कोंबडीच्या डालग्यागत उलटपालट करून बघितलं. तिला त्याचा रागच येत नव्हता. उलट त्याचा चेष्टेखोर आवाज, भरदार शरीर अन् आपल्यासाठी आसुसलेलं त्याचं मन...म्हणजे काय? आपल्याही मनात त्याच्याविषयी बरंच वाटतंय्ऽ चांगलं की वाईट..? ती सैरभैर झाली. एकीकडे मनाला समजावता समजावता तिची गात्रं त्याच्या आठवणीनं रोमांचित होत होती. तिच्यातच बंड उसळलं होतं.

कारखाना चालू झाल्याची बातमी घेऊन कोणीतरी आलं अन् ती सुटली. विचारांच्या वावटळीतनं सुटली. कामात असलं की बरं असतंय्. कुठलंच काही सुचत नाही. कशाचीच शुद्ध राहत नाही. आपण कुठाय्ऽ कुणाच्या फडात आहोतऽ किती वेळ झालाय्ऽ कशाचंच भान राहत नसे. आपण कोण, कुणाचे कोणऽ आजूबाजूला कोण असलंही मनात येत नसेऽ वाढं सवळ, मोळी बांध, भेळे बांध, हारा लावऽ ते बरं होतं...असलं काही वेडंविद्रं मनात येत नव्हतं. तिला वाटलं. तिनं कोपीत जाऊन विळा आन कोयता आणला तसं तिच्याकडे पाहत मल्हारी म्हणाला,

" ऐजीऽ तुला त लईच घाई झालीव फडात जायाचीऽ आं. अजून सगळी जमा हुणारऽ आत्ता कशाचं जानं हुतव आन कायऽ बघू..."

ती ओशाळली...परत आत शिरली. भाकरीतुकड्याचं बघू लागली.

...तहान लागली म्हणून तिनं हातातला ऊस खाली टाकला. इळा कमरेला खोचून गाडीपाशी पाणी पिण्यासाठी आली. केळी रिकामी होती. पाणी नव्हतं. तिनं इकडेतिकडं बघितलं. फडाच्या एका बाजूला ज्वारीचं रान होतं. पलीकडं गहू दिसत

होता. मध्यभागी विहीर होती. विहिरीवरची मोटर चालू होती. तिनं केळी उचलली. पाणी पिऊन केळी भरून आणावी म्हणूत ती विहीरीकडे गेली.

पलाणीतनं पाण्याचा लोट चालला होता. गव्हाच्या रानात खुरपणं चाललं होतं. बाया ओळीनं बसून आपापसात बोलत, कलकलत खुरपत होत्या. त्यातलीच एक उठली, विहिरीवर पाणी प्यायला आली.

सुर्वंता ओंजळीनं पाणी पित होती. तोंडावरून पाणी फिरवून पदरानं पुशीत ती केळी भरू लागली. खुरपणारी तिला न्याहाळत म्हणाली,

"ऊस तोडाय् आलाया जनू!"

"च्यॅकऽ" तोंडानं आवाज करीत ती म्हणाली.

"कसं गं बया एवढं कष्ट उपासता..."

"न करून कुनाला सांगतीऽ आपल्या कर्मात हाव ती भोगायच लागतावऽ" सुर्वंता म्हणाली.

तिचे नगरी हेल ऐकून खुरपणारणीला गंमत वाटली. पाण्यात पाय टाकून उभी राहत ती म्हणाली, "फाटंच निघता नव्हं कारखान्यावर्नं? मी बया जागी होतीय् न होती तर तुमच्या गाड्यांचा आवाज येतूयाच. अन् मग सैपाक कवा चान्नी उगवाय करता का कसं गं?"

"कश्याचं बाईऽ रातच्याच भाकरी थापून ठिवाव्या लागतावऽ फाटंचं उठावा कवा अन् करावा कवाऽ"

"अगं दोडा म्हंजी शिळे तुकडेच मोडता की गं!"

"काय करतीऽ "

"न्हाय! पर कष्टासारखा पैकाबी बक्कळ मारताय...बरा बिल सुटत आसंल की गं पंध्रा दिसाला?"

"कश्याचा बक्कळ अन् काय मावशेऽ" अन् मग सुर्वंतानं सगळा प्रकार तिला सांगितला होता. एखादी जिवाभावाची भेटावी तसं तिला झालं होतं. मनातलं सगळं लक्ष देऊन ऐकणारीच भेटत नव्हती. ती तिला आज भेटलो होती अन् तिनं आपलं अंतःकरण भडाभडा उलगडून दाखवलं होतं. पलाणीला बसून तिनं हकिकत ऐकली अन् हातानं चुळा भरत ती सुर्वंताला म्हणाली होती, 'दोडांनू आमचं बरं की गं! आता बघ आमचं कारभारी खांदनी, बांधनी, मोलमजुरी करत्याती म्हंजी त्यांचं एक चारपाच रुपय आन मला दोन रुपयाला तर मरान न्हायऽ सुगीच्या दिसात, कापूस वेचण्याच्या टैंबाला कवाकवा चार रुपय बी हजरी बसतीयाऽ एक शेरडी दुधाची हायऽ खुरपाया जाताना घेऊन जाती, वलं गवात मिळतंय्ऽ बोकाडं झालं तर सा म्हयन्यात शेदीडशे बोकडाचं. बरं खुरपायचं कसं, सकाळच्या धाअकराला यायचं, आता अजून थोड्या वेळानं जेवायची सुट्टी व्हईलच. वाटा बी केलाय् गव्हाचा,

ज्वारीचा. ती बी पाचव्या वाट्याचा माल कायतरी येतूयाचऽ''

''असंऽ मग बरं हावऽ'' सुर्वंता म्हणाली.

'तर गं! आन सुगीच्या दिसात मातूर इळानमाळ खळीदळी करायची. तेव्हढीच बेगमी ..पर तुमच्या परास बरंच की गं! आम्ही निदान कुणाच्या कर्जापाण्यात तरी नाय...हां आता वाटा केलाय! त्या मालकाची हाय म्हना खुरपानाची, ह्याची उचल पर ती काय...''

''ती काय त्या वाटाव फिटत असलंचऽ''

''आता कसं बोललीसऽ म्या म्हटलं एवढं दोडानू रातंध्या राबतेत, मायंदाळ पैका घेऊन जात असचीला; पर ही काय बयाऽ हारबारं खाऊन ढुंगणाला हात पुसून जायचंऽ'' ती हसली.

सुर्वंताही बळेच हसली. अचानक तिला आपल्या पतीची आठवण झाली. बराच वेळ गेला होता. ऊस बराच सवळायचा राहिला असेल. बाकीच्यांच्या गाड्या भरत आल्या होत्या. अजून आपला माल बराच कमी होता. तिनं फडाकडे पाहिलं तर मल्हारी कोयता घेऊन तिच्या दिशेनं पाहत उभा होता. ती घाबरून लगालगा केळी डोक्यावर घेऊन चालू लागली. खुरपणारणीला तिनं येती गं सुद्धा म्हटलं नाही.

....तिचं मन नकळत तुलना करू लागलं होतं. कष्ट काय कुठंच चुकत नव्हते; पण कष्टाला काही प्रमाण? त्यामानानं पदरात काय? पोट जाळण्याशिवाय दुसरं काय? असे अनेक विचार उसाच्या फडातनं मधमाश्या घों घो करत उठाव्यात तसे तिच्या मनात उठले होते. तिनं केळी मल्हारीच्या हातात दिली अन् मुकाट्यानं सपासपा ऊस सवळू लागली, मोळ्या बांधू लागली. तिच्या विचारग्रस्त चेहऱ्याकडे पाहून मल्हारी पाणी प्यायचं विसरून गेला.

अकरा

मल्हारीनं कळवलं होतं घरी, का कोण गेलं होतं गावाकडं, त्यानं घरी सांगितलं होतं; पण गावाकडनं टपाल आलं होतं. किती दिवसांत ह्यांना मिळालं कुणास ठाऊक! कारभाऱ्यानं घराकडची सगळी हालहवा कळवली होती. शालन बरी हाव, बाजरीची सुमडी लावून घेतलावऽ बाकी बरं पर पैश्याचं कायतर बघने. अगदीच हात मोडल्यागत झालावऽ सुर्वंताची तबेत काय म्हनऽतेऽ तिला सांगने, काम सांभाळून करत जाऽ कायतरी वशाट खा म्हनावा असं तिच्या बायनं म्हणजे शालनच्या आयनं सांगीतलावऽ गाडी नीट हाकने. गोपादाचा कळलाव. जिवाला आमच्या घोर लावूने. भांडानगिंडान काहाडू नेऽ आपुन परदेस कराया आलावऽ लिहिणाराचा, वाचणारांस आशीरवाद व मानापरमाने नमस्कार, पत्र पाठवने इ. इ.

पत्र मल्हारीनं कुणाकडनं तरी वाचून घेतलं. बहुतेक टेलरकडून घेतलं असावं. त्यानं तेच कसंबसं लक्षात राहिलं तेव्हढं तिला सांगितलं. आता आपण तरी जाऊन यावं किंवा पत्र तरी पाठवावं असं तिला वाटलं.

"सांगावा धाडावाऽ"

"उं?"

"न्हाय, त्यांचं एवढं टपाल आलं न आपून बी एक टपाल टाकावाऽ न्हाय तं माझ्या मनी एक डाव जाऊनच येवावाऽ कितींदी झालं न्हाय?"

"मी जाऊन कसं भागंल?" मल्हारी म्हणाला.

"मी जाऊन येवावा म्हनऽती," ती म्हणाली, "काय करावा."

"नायऽ जाऊन आलं तं बरंच हावऽ काऽ की बाजरी ऊडालीवऽ हिथं तर समदं म्हागच मिळतावऽ पर लगीच माघारी फिराय पायजे न्हाय तं म्हायार आन काय करीत बसली का उजाडलं मग हिथ्थलंऽ"

"आता मला का कळना? बाजरी, येसूर बिसूर बी आणावाऽ शालनची गाठ पडंल. तेव्हढंच ह्या रगाड्यातनं सुटका. मग जाऊ म्हनताव?" तिनं आशेनं विचारलं. तो गाडी हाकत उसाचं टिपरू मोडून घेत म्हणाला, "पगार तं हुं दे."

असं म्हटल्यावर ती गप्प झाली. पैसा लागणारच होता. कारभाऱ्यानं उलट घरी कायतरी पैसे पाठव म्हणून लिहिलं होतं. आता जायच्या ऐवजी तेव्हढे पैसेच जादा पाठवले असते तरी बरं असं कारभारी म्हणाला असता; पण बाजरीही आणायची होती. सामानही काहीबाही आणायचे होतेच.

बिलाचा हिशेब झाल्यावर मल्हारीनं मुकादमाकडून उचल आणली. कारखान्याचं क्लिनिंग होतं, त्याच्या आदल्या दिवशी तोड बंद होती. क्लिनिंग बरोबर कारखान्यातले काही पार्टही बदलायचे होते. दोन दिवस तोड बंद राहणार होती. तळावर बसून तरी काय करायचे होतं म्हणताना ती निघाली. तशा पाचसहा बाया पण निघाल्या. वाडे विकून आलेले पैसे, मुकादमाकडची उचल मिळून पन्नासपाऊणशे रुपये झाले. त्यातले वीस बावीस रुपये तर एस. टी. भाड्यालाच लागणार होते. जायचं म्हणताना बाजारात जाऊन शालनसाठी एक गवन आणली होती. किती घासाघीस करून पण कारखान्यावरची दुकानदार ती, त्यांना गिऱ्हाईक मोप. तशी तिच्या मनानं महागच बसली होती; पण शालनला कायतरी नवीन न्यायलाच पाहिजे होतं. बाई म्हणल्या असत्या एवढं काम करताव पर पोरीसाठी काय बी आनलं न्हावऽ

सगळ्या एस्टीत बायकांनी कलकल करून कालवा केला होता. गावाकडं बऱ्याच दिवसानं जायला मिळतंय म्हणून प्रत्येकीचा चेहरा फुलला होता. आपल्या भागाची ओढ न्यारीच! जामखेड आलं. गाडी धापंधरा मिनटं थांबणार होती. त्या सगळ्याजणी बाहेर जाऊन आल्या. हॉटेलात जाऊन चहा पिऊन, काहीबाही घेऊन एस्टीत चढल्या. तिनं शालनल शेवचिवड्याचं पाकीट घेतलं. लहानसं पेढ्याचंही पाकीट घेतलं. जामखेडच्या पुढे मग एकेकजणी जसं जिचं गांव येईल तशी उतरू लागल्या. तू कंच्या गाडीनं येनारीन तवाच मी बी येतीवऽ उद्या येऊऽ बरं जातेऽ वगैरे होऊ लागलं. कुणी सौताड्यालाच उतरलं तर कुणी पाटोद्याला.

ऱ्होतवडीला ती उतरली तेव्हा तिसरापार झाला होता. शाळू दिवस असल्यानं ऊन कोमट लागत होतं. खालच्या दरीतनं आताच अंधारून आल्यागत वाटत होतं. धापंधरा माणसं स्टॅन्डवर घुटमळत होती. कुणी बीडकडे जाणारी, कुणी जामखेडाकडे! ती पिशवी घेऊन उतरली. चारपाचजण दगडूबुवाच्या कोपऱ्यातल्या हॉटेलात ओट्यावर बसले होते. आपल्या वाडीतलं एखाद दुसरं असलं म्हणून ती हॉटेलात गेली. धुरानं छपार काळंभंगार झालं होतं. त्याच्या मागे असणारी नांदूक छत्री धरल्यासारखी उभी होती. मागं डोंगर होता. कळकट धोतरातल्या दगडूबुवानं विचारलं, "आलं वाटतं, बेलापूर!"

"हांऽ किलनिंग हाव दोन दीस. म्हनालऽ जाऊन तं येवावऽ"

"बरं झालीस आलाव तीऽ" तो कपबशा उचलत म्हणाला.

"कोन वाडीतलं आलताव मामा?" तिनं पिशवी खाली ठेवून ग्लासानं पाणी

घेत विचारलं. पाण्याने चेहरा धुतला, केस सारखे केले.

"आश्रुबा आन आजून कोन तरी दिसत हुतावऽ मग गेला बीडला का माघारी जाताव काय कीऽ' दगडूबुवानं चहाचा कप तिच्यापुढं ठेवत म्हटलं.

तिनं चहा घेतला, पैसे दिले अन् पिशवी घेऊन बाहेर आली. इकडेतिकडे बघितलं. आश्रूबा अन् एक बाई स्टॅन्डच्या कडेला बोलत उभी होती. ती सरासरा चालत त्यांच्याकडे गेली.

"येताव वाडीला का निघालाव कुठे बाहेरगावी?" तिनं अधीरपणे विचारलं; कारण अजून दोन अडीच मैल चालत जायचं होतं अन् दिवस कलला होता. अंधार लौकर पडणार होता.

"चलाऽ ह्या पावनीबाय येनार हुत्या तवा आलताव टॅन्डवरऽ काय म्हनीताव बेलापूर? ठीक चाललावऽ" तो चालू लागत म्हणाला.

तिला त्या आठवणीनं कसनुसं झालं. काय सांगायचं?

"असताव बरंच म्हनायचं!" तिघं वाडीची वाट चालू लागले.

थोडं सपाटीचं माळरान होतं. गाडीवाट होती. तिघं भराभरा चालू लागली. सपाटीचं रान संपलं. डोंगर चालू झाले. दऱ्याखोऱ्यान अंधार वर सरकत होता. पिवळी उनं दऱ्याखोऱ्यातून मधूनच एखादा फोकस सोडावा तशी दिसत होती. तेवढाच प्रदेश उठून दिसत होता. झाडझाडोरा पिवळसर उनानं चमकत होता. वाट आता वेडीवाकडी, टेकाडाच्या कडेकडेनं होती. एका बाजूला खोल दरा होता. एका मोठ्या कातळावर ती तिघं विसाव्यासाठी थांबली. दरीतनं समोर त्यांची रानं दिसत होती. त्याच्या पुढं खंडोबाचा डोंगर दिसत होता. घाटी सोंड कबऱ्या रंगाची होऊ लागली होती. झाडवान वाळून चाललं होतं. वाण्याच्या रानातल्या बांधलेल्या मोठमोठ्या एका खाली एक पवळी दिसत होत्या. तिघांनी दरीत वाकून पाहिलं, कोवळसर ऊन सगळीकडे पसरलं होतं. एकदोन मोर केकाटत उडाले अन् काटवणात दिसेनासे झाले. रानभैरी पोपटांचा थवा डोक्यावरून कलकलाट करीत गेला अन् एकदम तळाला एक हरीण नजरेला पडलं. बावरल्यागत त्यानं अंग थरथरवलं अन् त्याचा रंग उनानं झळाळून उठला. मान तिरपी करत त्यानं सावट घेतलं तसं आश्रूबा वरनं जोरात ओरडला,

"तिकूनऽ तिकूनऽ ह्ये बग आलावऽ" त्याच्या हाकेचे प्रतिध्वनी खाली दरीत उमटले. समोरच्या डोंगरावर जाऊन आदळले अन् तशीच एक हाक पलिकडनं आल्यासारखी वाटली. दोघी भान विसरून त्या हरणाकडे पाहत राहिल्या. आवाजानं हरणानं टणकन उडी मारली अन् त्यानं बावरून सगळीकडे पाहिलं अन् नेमकं त्यांच्या डाव्या हाताच्या चढणावर पळायला लागलं. तेव्हढ्यात आश्रूबानं पुन्हा हाकारा केला. या वेळी समोरूनच आवाज आल्यानं ते जास्तच बावचळून गेलं.

आवाज कुणीकडनं येतोय् तेच त्याला समजेनासं झालं अन् क्षणभर ते दिङ्मुढ होऊन एकाच जागी थबकलं अन् मग सुसाट पळत खालच्या दरीतनं, झाडझाडोऱ्यातनं करवंदाच्या जाळीत पसार झालं. तिघं हसली अन् पुढे चालू लागली.

सुर्वंताच्या मनात क्षणभर विजेसारखं चमकून गेलं की आपली अवस्था ह्या हरणागतच झालीय. कुणीकडे जावं हेच आपल्याला नक्की कळेनासं झालंय. आवाज येतोय म्हणून आपण पळतोय, सुटका करून घेण्यासाठी. मग सुरक्षित ठिकाणी जातोय का पारध्याच्या जाळ्यात सापडतोय! तिच्या मनात हल्ली बागायतदाराचा तो पोरगा, त्याचा बंगला, त्याचं भरगच्च शिवार, वाटा करणाऱ्या बाईचं बोलणं, दरीतनं वर वावटळीत गेलेला पालापाचोळा भिरभिरत रहावा तसं भिरभिरत राही. एक डाव वाटे की, हे तोडणीचं काम सोडून द्यावं अन् अशाच एखाद्या बागायतदाराचा वाटा करावा. स्थिर मनानं एका जागी रहावं. कोपटात का होईना पण चांगला संसार सजवावाऽ पोराबाळांना शिक्षण द्यावं तर दुसरीकडे आपलं गाव, आपला मुलूख सोडून परदेशी राहणं बरोबर हाव का? त्या मुलखात कुणाचं कोण हाय, ह्या धंद्यातनं काहीतरी पैसं मागं टाकावेत, जमीन वाढवावी अन्... पण कसा पैसा मागं पडायचाऽ अन् जमीन घेऊन तरी काय फायदाऽ ना पाणी ना कॅनालऽ पावसाच्या जिवावर काय बाजरी, मूग, मटकी येईल त्याच्यावर काय लालचंदी होतीय का? म्हणजे पुन्हा ऊस, गाडी, बैल घेऊन विंचवाच्या बिऱ्हाडागत पाठीवर घेऊन कारखान्यावर जाणं आलंच... ती विचारात पडली होती. त्या हरणागत रानबावरी झाली होती.

"कश्शाचा इचार चाललावऽ पैका कुठे ठिवावा म्हणून?" आश्रूबा विचारत होता. ती भानावर आली.

"हाऽ हिथ्थल्या डोंगरात ठिवावा का खरण्याच्या नाकाडाला ठिवावा म्हणतीवऽ" ती हसत म्हणाली, "मिळतावच ना बक्कळऽ"

"आसं बाई?" पाव्हणीबाय तोंडावर आश्चर्य पसरवीत म्हणाली.

"कशाचा पैका बाईऽ जगून निघायचा दुसरं काय? हारबारं खाऊन हात कोरडेच!"

वळणावळणानं ती गणपतीच्या देवळाजवळ आली. लिंबाच्या झाडाखाली दोन परुस एवढी मोठी शिळा होती. शेंदरानं लालभडक झालेलीऽ टकमक बघतीय अशी वाटणारी. तिघांनी पायताण काढून दर्शन घेतलं.

वाडी जवळ आली. संध्याकाळचा पाखरांचा कोलाहल, माणसांचे आवाज ऐकू येऊ लागले. डोंगराच्या उताराला घर, मागं डोंगर, पुढं डोंगर, मध्ये दुबळक्यात त्यांची रानं...

तिन्हीसांज झाली होती. वाडीत म्हणावी तशी वर्दळ नव्हतीच. म्हातारेकोतारे

अन् म्हाताऱ्या बाया, एखाद दुसरं पोर... बाकी दुष्काळानं वाडी वसाड पडल्यागतच. घराघरातन चिमणी, टेंभे पेटलेले; परंतु अवकळा आल्यागतच उदास. ह्या वेळेला तर जास्तच उदासवाणंऽ परडे रिकामेऽ एखाद दुसरं जनावरचऽ नाहीतर सगळी कारखान्यावर गेलेली... एखादा म्हातारा बिडीचं अर्धं थोटूक ओढत, खोकत, देवळात देवळाच्या पायऱ्यावर अंतराळात नजर लावून बसलेला...

कडंकडंनं पाऊलवाटेनं ती घरात गेली. तिघंही आतच होती. बाईंनी चूल पेटवली असावी. भाकरीची तयारी. शालन अन् कारभारी काहीतरी बोलत खेळत असावीत.

पायरव आला म्हणून कारभाऱ्यानं वाकून बघितलं, ती वर चढून येत होती. तिला पाहताच तो शालनला मोठ्यानं म्हणाला, "शालेऽ बगऽ कोन आलावऽ" शालन पट्दिशी उठून बाहेर आलीऽ पिठाच्या भरल्या हातानं गंगूबाईही बाहेर डोकावली. तिला पाहताच शालन तिला बिलगली. कमरेला विळखा घालून पिशवीशी झटू लागली.

"बायोवऽ सुर्वंता आलीऽ" गंगूबाई म्हणाली. पिशवीतनं खाऊच्या पुड्या शालनच्या हातावर ठेवत सुर्वंता आत आली. पिशवी बाजूला ठेवून तिनं तांब्या उचलला. बाहेर रांजणातनं पाणी घेऊन पाय धुतलं. गार पाण्यानं तिचं अंग शहारलं. तोंडावरून पाणी फिरवून चूळगुळणा केला अन् आत चुलीपाशी जाऊन बसत ती पाणी पिऊ लागली.

"कवाशी, सकाळी निघाली?" गंगूबाईनं विचारलं.

"हांऽ पयल्या गाडीन..." तांब्या खाली ठेवत ती म्हणाली. 'किलनिंग हावऽ दोन दिवसांचा खाडाऽ तवा म्याच म्हणलावऽ वाडीकून त जाऊन येती."

"बरं केलंसऽ पतार मिळालं?" कारभारी म्हणाला. शालन पुड्या सोडून खाऊ खाण्यात दंग झाली होती.

"शालन, एकटीच खाया लागलीसऽ दादास्नी, आयला नाही देत?"

"ऱ्होतवडीवनं एकलीच आलीस?"

"न्हाय बाईऽ आश्रूबा हुताव, त्याची पावणीबायबी हुतीव ना संगतीला." तिनं पुढे सरकून काटवटीला हात घातला, "बाईऽ सरा मागं. मी टाकतीव भाकरी."

तिला हातानं थोपवत गंगूबाई म्हणाली, "ऱ्हाऊ देऽ दमून आलीवऽ आता हिथ तं काय मोठं काम लागून ऱ्हायलावऽ झाल्यातच. बस निवाराशीनंऽ"

चौघांनी जेवणं केली. दोघींनी मिळून भांडी घासून टाकली. शालन नवी गवन छातीशी धरूनच झोपी गेली होती. अंगातच अडकवली होती तिनं; पण तिनं नवं घालून झोपूने म्हणताना कशीबशी समजूत काढून सुर्वंतानं तिला अंगातनं काढायला लावली होती, तरीही अंगाशी घट्ट धरली होतीच.

तिघं मग बराच वेळ बोलत बसली होती. गंगूबाईनं सगळं विचारलं होतं. तिनंही कामधंद्याचं सांगितलं. मुकादमानं केलेला प्रकार वगळून सगळं सांगितलं. कामाचा झपाटा, तिचं झालेलं ते तसं, दवाखान्यात, घरी पडून राहणं, आक्सिडेंट, सगळं काही बोलून झालं...

...बरीच रात्र झाली... थंडी अंगाला झोंबू लागली. एक भयाण शांतता दाटून आली. लांब कुठेतरी कुत्री भुंकत होती. चांदण्या खाली डोकावून डोळे मिचकावत होत्या, खाटलं बाजलाव ढळलं होतं. घोंगडं घेऊन कारभारी बाहेरच्या बाजेवर झोपायला गेले. दोघी आत झोपल्याऽ बराच वेळ झोप येत नव्हती. मधूनच काही आठवलं की ती बाईला विचारे किंवा बाई तिला विचारी. दोघी अशा हळू आवाजात बराच वेळ कुजबुजत राहिल्या... मग केव्हाना त्यांचा डोळा लागला. बऱ्याच दिवसांनी अशी बिनधास्त झोप तिला लागत होती. स्वतःच्या घरचं सुरक्षित छप्पर होतं. स्वतःच्या भागाचं, शिवाराचं भोवताली अस्तित्व होतं आणि कुठली घरघर नव्हती, कर्कश हॉर्न नव्हतेऽ बैलांच्या गळ्यातली घुगरं पण नव्हती. सगळं कसं शांत-निरामय...डोंगराच्या कुशीत. उबेत पहुडलेलं.

बारा

गावाकडनं आली, एस. टी. स्टॅन्डवर उतरली तर कारखाना चालू झाला होता. आभाळात धूर बकाबका चालला होता. ट्रक, ट्रॅक्टरची वर्दळ चालू झाली होती. खकाणा, माणसांचा कोलाहल, ऊस फोडल्याचा आवाज सारे चिरपरिचित - आवाज कानावर आले अन् काहीसं खिन्न होऊन ती भराभरा कोपीतळाकडे जाऊ लागली. डोक्यावरनं बाजरीचं ओझं सावरीत! तळाला जाग आली होती. फडावरनं बाया आल्या होत्या. चुली पेटल्या होत्या. नळावर कलकलाट चालू झाला होता. गाड्या वजनकाट्यावर होत्या जणू. तिनं कोपीचं दार उघडलं. पाण्याची घागर घेतली, नळावरच्या झुंबडीत ती शिरली. बायांनी, सगळ्यांनी गावाकडनं केव्हा आलीस, कसं काय गावाकडं? तिच्या वाडीतल्या दोनचारजणी होत्या त्यांनी तर विचारून विचारून भंडावून सोडलं. आता सगळं काय सांगत बसणार. एक रात्र तर राहिलेली ती, जेवढं सुचलं तेवढं हूं हां हूं उत्तर देत तिनं सांगितलं. नळावरनं पाणी आणलं, पीठ बघून भाकरी केल्या. बेसन तव्यात टाकलं अन् भाकरी अन् बेसन घेऊत ती काट्याकडे गेली.

गाड्यातनं फिरून तिनं मल्हारीची गाडी हुडकून काढली. मलबा ऊस खात बसून होता. त्याला तसं ऊस खाताना पाहून तिचं आतडं कळवळलं. तिला वाटलं आपण उगाच घरच्या ओढीनं निघून गेलो, बिचारा दोन दिवस कसा जेवला असल? कुणी भाकरी टाकून दिल्या असतील का? आताच्या भाकरीची काय सोय केलीय् का नाही म्हणूनच ऊस खातोय अशा विचारानं ती कळवळली. ती पुढे झाली. तिला पाहताच त्याचा चेहरा उजळला. त्याचा शिणवटा दूर झाला. तोंडातली चुई बाजूला टाकत तो म्हणाला,

"आलीस व्हय? आता म्हणलाव आज काय पत्त्या दिसत न्हावऽ"

"तर वोऽ मला काय समजंना हिथं काय हाल असताव तेऽ" ती भाकरीचं गठडं खाली ठेवत म्हणाली.

"कवाशीक आली? बरी हावत ना समदी? शालन, दादा, वैनी. आं?"

'हां, हां, समदी बरीऽ आगूदर भाकरी खावाऽ खात खात सांगतीव ती ऐका.''

त्यानं उसाची कांडी गाडीच्या उसात खवली. धोतराला हात पुसत त्यानं पितळी तशीच हातात घेतली. बेसनाला तुकडा लावत तो ऐकू लागला. तिनं सगळं सांगितलं, पैसे दिले. सुमडी लावूक ठेवलीय, शालन बरी हाय. शाळेत जाया नको म्हणतावऽ वाडीत करमत न्हाय त्यास्नीऽ कामाची सवऽ अशा गप्पा झाल्याऽ

''तू खाल्लीस भाकर?''

'आतावोऽ केल्या की हिकडंच आली ना.''

''मग खावाची न्हायऽ घे म्हन.''

''या बयाऽ मी खाईन म्हणं कोपीवंऽ तुमी खावाऽ दोन दीस पोटाचं हाल झालंऽ काय केलं भाकरीचं?''

''काय करतूयूऽ पाटलुची मंडळीच आनत हुतीव दोन भाकरी जादा टाकून. आजबी पाटलुचा पोरगा घेऊन ईलच बग.''

''न्हाय आनायचाऽ मी आल्याली देखलाव जणू...''

तिनं पितळी घेतली, फडकं झटकलं अन् कोपीकडं निघताना हळूच म्हणाली ''कितीक एळ लागंल म्हनावा कोपीव यायला?''

डोळे मिचकावीत तो म्हणाला, ''व्हईल लौकरच काटाऽ का गं?''

''जावाऽ मला न्हाव ठावं, '' ती मुरका मारीत म्हणाली तसं दोघंही हसली. तो अधीर झाला. थोडंसं पुढे सरकला. तसं ती मानेला झटका देऊन भराभरा चालू लागली.

...कोपीवर गाडी केव्हा सुटली, बैल बांधून गडीमाणसं कोपीत शिरली केव्हा हे तिला लौकर समजलं नाही. ती एस. टी. प्रवासानं दमून गेली होती, अंग आंबून गेलं होतं. तिला गाढ झोप लागली होती; पण गाडी सुटल्याच्या थोड्याशा आवाजानं तिची झोप चाळवली होती. दुसऱ्या क्षणी तिच्याभोवती मल्हारीच्या हाताची बळकट मिठी पडली होती अन् ती त्याच्या कुशीत हरणासारखी शिरली होती.

कुठलं गाव होतं कुणास ठाऊक! तिला हिकडच्या गावांची नावं एक लक्षात राहत नसत. आणि त्यांना गावाशी काही कर्तव्य नसे. चीटबॉय, मेम्बर फड दाखवत तो तोडायचा, सवळायचा, कारखान्यावर न्यायचा. वजनचिठ्या चीटबॉय गाडी फडातनं निघतानाच देत असे. नाही आला तरी तळावर देत असेच. त्यामुळे गावांची नांव तिच्यासारखीच्या ध्यानात राहणं शक्य नसे. त्यातही ज्या बरीच वर्षं सीझनला येत होत्या त्यांना ऐकून ऐकून पाठ झाली होती. रस्ते माहीत झाले होते. तर त्या गावातनं गाड्या निघाल्या होत्या. आज काय होतं...सकाळी सकाळी गारठ्यातनंसुद्धा पोरांची प्रभातफेरी निघाली होती. एवढीएवढी पोरं धुवट चड्ड्या-शर्ट घालून, हातात

हात घालून ओळीनं 'एक दोन तीन चार...गांधीजींचा जैजैकार-' करीत चालली होती. गुरुजी, शिकवणाऱ्या बाया बाजूनं, पुढं-मागं चालल्या होत्या. हां, सव्वीस जानेवारी असंल. तिनं कौतुकानं पोरांच्याकडे पाहिलं. थंडीत काकडतही ती उत्साहाने ओसंडून गेली होती. मोठ्याने घोषणा देत होती. पटांगणावर जाणार होती. झेंडावंदन, कवायतीचे कार्यक्रम होणार होते. खाऊ मिळणार होता. खाऊ खात सुमार घराकडे पळणार होती. सुट्टी म्हणून खूश होणार होती. ती हे सगळं बघून मनी उदास झाली. आपल्या पोराबाळांच्या नशिबी कुठलं असलं! लहान हाय तवर जवळच बरोबर घेऊन फडात जायचं. सहा महिने इकडं, सहा महिने तिकडं गावी. कसली शाळा, कसलं शिक्षण? जरा मोठा झाला की वाढं वेचायला न्हायतर म्हशी, वगारी सांभाळायला गाडीबरोबरच हायचऽ एकदा का ह्या चरकाला जुपला की संपलंचऽ आयुष्यभर हेच. कसं आपल्या पोराबाळांचं व्हायचं? ती कधी शिकणारच नाहीत, कधीच शाळेत जाऊ शकणार नाहीत. त्यांच्या नशिबी कधी असली प्रभातफेरी, सुट्टीचा आनंद, खेळ, अभ्यास, परीक्षा, शिकून मोठ होणं, अधिकारी, नोकरदार होणं नाहीच का? आपलं मन नाही त्या गोष्टीवरनं भरकटतं, नाही नाही ते विचार करतं याचा तिला अगतिकपणे राग आला. बाकीच्या बायका गाडीत धोतर पांघरून गपचीप पडल्या होत्या. त्यांनीही कौतुकभरल्या नजरेनं ही फेरी पाहिली होती; पण तेव्हढंच तेऽ पुढे त्यांचा विचार फड कुठंशी असंल, केव्हाशी येतूय्, भाकरी आताच खावावी काऽ असलेच.' एकीच्याही मनात आपल्या पोराबाळांविषयी विचार येऊ नये...मनावर घट्ट झाकण टाकल्यासारखं...ती या विचारात गढून गेली. मनात हलकल्लोळ माजला. ती पुढं सरकून मल्हारीला म्हणाली,

"बघितलीव फेरी? केव्हढीशी पोरं कशी वरडत चाललीव?"

'तरऽ आज सवीस जानेवारी आसंल " तो बैलांना कोरडा हाणत म्हणाला, "आज साळंला सुट्टी..."

"मजा आसतीय ह्या पोरांचीऽ" ती म्हणाली, "साळा सिकाय मिळतीवऽ"

"हां..." त्याचं लक्ष गाडीकडं, बैलांकडं होतं.

"ऐकताव? मी काय म्हनतीवऽ ह्या पोरांचं बरं असतावऽ आपल्या पोरांचं कसं हुणार?"

"अगुदर हुं दी तर..." तो हसत म्हणाला.

"जावं द्या. तुम्हाला जवा तवा चेष्टा सुचतीवऽ पर आपला खरं इचार कराय् नगो?"

"कश्याचा?"

"आनि कश्याचाऽ आवो आपून एक जलमभर कष्ट करताव ती करताव. आपुनल्या पोराबाळांस्नी बी हेच कराय लावनार. आं?"

“आगं असं कसं? आपला पोरगा ऱ्हाईल ना वाडीव चुलत्यापाशीऽ शिकंल साळाऽ मायंदाळऽ त्याला आपून बीडाला ठिवूऽ तू का घोर करतीव?”

‘कश्यानं ठिवताव? मुकादमाच्या कर्जाव? कश्याची साळा आपल्या वाडीतली वो? मास्तर तं रिकामा बसला हुताव बिडी फुकत! कोन हाव का त्या साळंतऽ समदी हिकून तं आल्यालीऽ”

“आता काय करतोसऽ आपला भाग दुष्काळीऽ आसं जर पानी असतंव तर आपुनबी कश्याला आलू असतावऽ इंचवागत बिऱ्हाड पाठीव घिवून?”

“गोठ खरी हावऽ परे मी म्हन्तीऽ न आपून हिकडंच कुठं वाटाबिटा करून राहिलाव तं...”

“आं?” तो मुंगळा डसल्यासारखा हलला. मागं वळून बघत म्हणाला, “काय?”

“नाय मी म्हन्तीऽ हिथ्थलाच एखाद्याचा वाटा केलावऽ चार पैसे बी मागं पडत्यालंऽ पोरांची शिक्षान भान हुतावऽ कुठं गेलं मसनवटीत तं बी आपल्या मागचंऽ कष्ट काय चुकत न्हावऽ” ती भडभडून आल्यासारखी बोलली.

“एक डाव सीझनला आली त कंटाळलीस? अगं आमच्या म्हाताऱ्यानं, कारभाऱ्यानं कसं दिस काढलं बघ आताऽ आसं आपल्या धंद्याला कंटाळून कसं चालंल?”

“मी काय कष्ट कराय नगं म्हनतीव? मी म्हनतीऽ आसल्या वांझोट्या कामाचा काय उपेग हाव? वाळूत मुतलं, वळ ना फळ... त्या दिसची बाई म्हन्तीऽ वाटा केला तं सालाचं दाणगिण येतावऽ कापसाचे पैसे दिपवाळीला येतावऽ खुरपाना वेचणीचं काम असतावऽ तुम्हाला बी कोंचं बी काम असताव-”

“हे बोलत हुताव दोघी त्या दिशी व्हय? तरीच म्या म्हटलाव इतक तं कश्यात गप्पा रंगल्या म्हून.” तो हसत म्हणाला.

“नाय, मला बायकाच्या जातीला काय समजताव खरंऽ पर आपलं आपून इचार करावा म्हनतीऽ”

“अगं पर ह्या नितराशीनं बोलावच्या गोठीऽ कारभारी काय म्हनतावऽ झालंच तर मुकादमाची उचल भागवावी लागंल नं? एवढा पैका कुठून आनावा?”

फड जवळ आला. गाड्या फडांत शिरल्या, गडी ऊस तोडायला लागले. बाया धडपे अंगाभोवती गुंडाळू लागल्या. विळा घेऊन सवळायला लागल्या. तिचं बोलणं अर्धवटच राहिलं. ती मुकाट्यानं धडपा कमरेभोवती गुंडाळू लागली.

आपल्यासारखंच त्याच्याही मनात आपण थोडंसं कावार सोडून दिलं, याचं थोडंसं समाधान तिला वाटत होतं.

डोक्यावर जळणाचा भारा, हातात केळी, कमरेला विळा खवलेला, दिवसभराच्या

कष्टानं अंग नुस्त रॉवरॉव करतेल, कारखान्यापासनं फड बराच लांब, तिथून चालत यायचं म्हणताना पायाचे गोळे दुखून आलेले. बाकीच्या संगतीच्या बाया बघत बघत पुढे गेलेल्या, तिचं ते तसं झाल्यापास्न तिची कंबर दुखू लागे. दिवसभर वाकवाकून पुन्हा चालायचं म्हणजे कमरेतनं बारीक कळा निघत आणि मग नकळत ती मागे राही. कारखाना आता नजरेच्या टप्प्यात आला होता. धूर ओकणारी चिमणी, मोठ्या इमारती, देवळाची टेकडी, सगळं दिसत होतं.

ती आपल्याच नादात चालली होती. तिचे विचार येऊनजाऊन पाण्यातल्या भोवऱ्यासारखे त्याच एका विचाराभोवती गरगरत राहत. ह्या भोवऱ्यातनं बाहेर पडायचं. जन्मभर असं कष्ट करून मरायचं नाहीऽ या चक्रातून बाहेर पडायचंऽ कुठंतरी स्थिर व्हायचं. उगं आपलं बेलदार, फासेपारध्यावानी पाल गाई, गाढवांवर, बैलांवर लादून ह्या गावाच्या त्या गावाला गेल्यासारखं जगण्यात काय अर्थ आहे, एका जागी रहावा, बक्कळ कष्ट करावेत, पोरंबाळं शाळेत जातील, आपण दर वर्षाला एखाददुसरं भांडं घ्यावंऽ कोपटातला का होईना संसार उजळ ठेवावा, भांडी लख्ख ठेवावीतऽ सणावाराला ग्वॉडध्वाड करावा, नवऱ्याला खाऊ घालावं आन आपून बी खाऊन घटीकभर इश्रांती घ्यावी; पण या असल्या दिवसरात्र नुस्तं कष्ट न् कष्ट उपसायच्या अन् लोकांच्या भरती करणाऱ्या धंद्यात राह्यला नको... मुकादमाच्या आठवणीनं ती शहारलीऽ पेटून उठली. पुन्हा तिच्या मनात आलं, आता आपलं तसं ते पोटचं पडलं म्हणून गप्प बसलाऽ न्हायतर पुन्हा मागं लागल्याशिवाय राहिला नसता. लांडग्याच्या तोंडाला एकदा शेरडीचं रगात लागलं की त्याला दम निघतोय? म्हणजे आज नाही उद्याऽ मांसासाठी सांभाळणारी कोंबडी जशी गुबगुबीत व्हायची मालक वाट बघतोय तसंऽ बरं तोंड दाबून बुक्क्याचा मार... त्यापेक्षा तो पाटील...पाटलाचा विचार येताच नकळत मन हळुवार बनलं, बावरं बनलंऽ असं का व्हावं?... त्याचं रुबाबदार चालणं, अंगावर आल्यासारखं बोलणंऽ त्याचा बंगला, भरगच्च शिवारऽ त्याच्यामुळे झाला तर आपला फायदाच होईलऽ धापाच एकराचा वाटा मिळाला तरी बासऽ झालं तर दुधाला एखादी शेळीऽ जळान काटूक तसंचऽ काय खर्च येतूयऽ भाजीपाला असतूयचऽ ती मावशी म्हणली तसं सुगीच्या दिवसात खळीदळी करायची, धान्याची बेगमी करून ठेवायचीऽ कापसाच्या वाट्याचे पैसेऽ निगुतीनं संसार करायचाऽ एखादा डागडूग झाला तर वाक्याऽ नथ ...ती आपल्यातच हरवून गेली... तिच्या मनापुढे तिच्या बहरलेल्या संसाराचं चित्र उभं होतं- एवढासा बाळकृष्ण अंगणात दुडुदुडू धावत होता- मागनं फटफटीचा हॉर्न अगदी पाठीशी वाजला म्हणून ती दचकून बाजूला सरली, "अगं बयाऽ" करत.

तिनं मागं वळून पाहिलं. नेमका तोचऽ एखाद्या अबलक घोड्यावर पक्की मांड टाकून बसलेल्या शिलेदारागतऽ ती घाबरली. सावरलीऽ नकळत हसू फुटलं.

“तुम्ही हावऽ”

“मंगऽ आमच्या फटफटीला कुठं चैन पडतंय्ऽ सारखी पळतीय् नव्हं का तुझ्या मागंच...’

“......!”

“का? बोलंनास तीऽ आयला कवा रिकामंबिकामं असताय् का न्हायऽ जवा तवा आपलं वाघ मागं लागल्यावानी पळताचय्चऽ”

“काय करीतावऽ कर्माला हाय त्यो भोग भोगलाच पायजेलऽ तुमच्यासारख्या मोठ्यान्ला आमच्यासारख्याची कनव का कायऽ”

“आसं कसं बरंऽ कायतरी वाटतय् म्हणून तर फटफटी मागे पळतीय नव्हं?”

तिला वाटलं फटफटी मागं पळतीय म्हणजे गरिबाची कणव म्हणून नव्हे तर आपलं हे देखणं शरीरऽ जवानी... तिनं मान झटकलीऽ कायतरी दिल्या घेतल्याशिवाय व्यवहार होत नाही. सौदाच... आपल्याला या चिखलातनं, गाळातनं बाहेर पडायचं तर कुणाचा तरी हात धरला पाहिजे. देणारा हात देतोय् तर तो झिडकारला तर ह्या गाळातच मरायचं...

“काय? आयला काय वेड्यावानी माझ्या तोंडाकडं बघत राहिलीया... मी काय सांगतंय्... रातच्या आठच्या भोंग्याला कॅनालकडं यी... मी वाट बघतु...”

“आं-?...कायतरीच...”

“कायतरीच नव्हं... मी वाट बघतूय्...” जरबेनं सांगितल्यागत करून त्यानं झटक्यात फटफटी चालू केली अन् धुरळा उडवत तो निघून गेला.

ती आचारी का बिचारी झाली. काय करावं, जावं का न जावं?

आपल्या देखणेपणात तो हुरळलायऽ पण एकदा का फूल हुंगलं की दील फेकून. त्याला काय भुंग्यासारखं ह्या फुलावरनं त्या फुलावर... असं नाही व्हायला पायजे. त्यानं आपल्याला या चक्रातून, गाळातून बाहेर काढायला मदत कराय पायजे... वाटा द्यायला पाहिजे... त्याच्या बंगल्यासमोरच झोपडी.... हं...त्या नादात तरी तो जागा देईल...त्याला बरंच की...पण हे बरं आहे का... आपण मल्हारीची फसवणूक करतोय्... मुकादमानं ते केलं, बळजबरीनं का होईना; पण तिला कुसकरली त्यावेळीच झाली की फसवणूक! कुठे आपला धीर झाला त्याला सांगायचाऽ अन् सांगितलं असतं तर त्यानं तरी आपल्याला घरात ठेवलं असतं का...म्हणजे आपली चूक नसतानासुद्धा आपल्यालाच शिक्षा भोगावी लागली असती. आता आपून करतोव ते त्याच्या भल्यासाठी, त्याच्या पोराबाळांसाठीच... त्याचा वंश चांगला वाढावा...त्यानं म्हातारपणी निवांत हरीहरी करत बसून खावंऽ पोरंबाळं मोठी शिकून नोकरीला लागावीत यासाठी आपल्या देहाचं काय वाटंल ते झालं तरी चालेल...

एकीकडे हे काही खरं नाही असं आपल्या शीलाचंऽ शरीराचं दान करून संसार सजवण्यात काय अर्थऽ मुकादमानं केलं खरं; पण आपल्या मनात तर त्यावेळी नव्हतं ना काही. म्हणजे आपण मनापासनं काही त्या गोष्टीत भाग घेतला नव्हता. ती फसवणूक नव्हती. आता मात्र जाणूनबुजून फसवणूक... चोरटेपणा... विचारानं तिचं डोकं फुटायची वेळ आली. मुकादमाच्या वेळी मन स्थिर होतं-मनात त्याच्याविषयी अंगार फुलला होता. अन् मल्हारीविषयी अढळ माया, प्रेम होतं ... आता मात्र मनच ढळलं होतं, वढाळ गुरासारखं दावं तोडू पाहत होतं, हिसके मारत होतं, शेलकं खायला पुढे दिसत होतं अन् मन धाव घेत होतं... सगळं सांभाळून काय हरकत आहे? असं मन तिला म्हणत होतं... बाकीच्या बायका असं करीतच होत्या... पण तो नुसता बाजार. आपण ह्यातनं बाहेर पडू... चांगलं राहू... चार आठ आण्यासाठी निजायची तयारी नाही आपली तर... माझा संसार-माझी पोरं याची चांगली सुई लागली पाहिजे. आता ह्याच्याकडूनसुद्धा काय घेयाचं नाही...नोटा नकोत, गोठा देऽ पैसा नको, पसा देऽ त्यात आम्हो गरिबीनं राहूऽ मल्हारी अन् मी... तुझ्या एवढ्या पसाऱ्यात आमच्या संसाराचा पिसारा फुलू दे... असलं काहीबाही... त्याचं बलदंड शरीर काय न काय- तिचं मन सैरभैर होऊन गेलं... या कष्टानं इडाळलेलं मन या विचारात फुलून गेलं. नकळत त्याच्याकडे जायचं म्हणू लागलं.

ती भराभरा कोपीवर आली. घाईघाईनं सैपाक केला. भाकरी भाजल्या अन् जेवणाचं गठूळं घेऊन लौकर काट्यावर गेली. मल्हारी नंबरवाल्याकडनं नंबरासाठी भांडत होता. टोकन घेऊन तो गाडीकडे वळला तर ही गाडीपाशी उभी...

"आं? आज एरवाळीचऽ"

"हूंऽ आटपलाव मग..." ती खाली पाहत म्हणाली. तिचा ऊर धडधडत होता. होता.

"आज लई तरास झालावंऽ बरं झाली बिगीबिगी आली तेऽ" त्यानं गठूळं हातात घेत म्हटलं.

"हलताव मी..." ती म्हणाली.

"का गंऽ जेवान हुस्तर थांबत न्हावऽ"

"मला बी भूक लागलीवऽ" ती त्याची नजर टाळत म्हणाली.

"मंग खा म्हनावी ह्यातलीच..." तो म्हणाला.

"नकूऽ तुमचं तं प्वाट भरीत् का न्हायऽ तुम्ही खावाऽ माझी हाव कोपीव."

"बरंऽ आलूच यो काटा झालाव की..."

"तरी धाअकरा...हुणारचऽ" तिनं प्रथमच त्याच्याकडे पाहिलं. तो हसला.

"आता काय विलाज हावऽ गाडी तं रिकामी होवी नाऽ"

“तरऽ ह्याच्यातनं काय सुटका न्हाव आपली.”

तो भाकरी खात राहिला. ती निघाली.

रस्ता ओलांडून कोपीतळाकडं जायच्या ऐवजी सरळ रस्त्यानं फाटा ओलांडून फाट्याच्या कडेनं पट्टीनं चालत निघाली. अंधार गुडूप होता...कारखान्यावरचे दिवे अंधूक प्रकाश फेकत होते. कॅनालचं पाणी अंधारात दिसत होतं. तिला फार पुढे जावं लागलं नाही. फटफटी उभी होती. ती फटफटीला अडखळायची एवढ्यात त्यानं पुढे होऊन गपदिशी आपल्या मिठीत घेतली.

कोपीवर आली तर सगळं अंग ठणकत होतं, तरीही मन निवलं होतं. अनोखे सुख, अनोखी धुंदी. त्याचं सगळंच वेगळंऽ तिच्या मनातलं उरलंसुरलं मळभ गेलं होतं अन् ती सावरली होती. ह्याही व्यवहाराचा तिच्याशी तिनं अर्थ लावून घेतला होता. समाधान करून घेतलं होतं. त्यानं तिला जाताना एक नोट हातात दिली, होती. पन्नासाची तरी असावी, विसाची नक्कीचऽ पण ती तशीच माघारी त्याच्या हातात कोंबत ती म्हणाली होती, “पैशात मापू नकावंऽ मी मागंन तवा न्हाय म्हणू नगाऽ” तो आश्चर्यचकित झाला होता. त्याला हा अनुभव नवीन होता. आजपर्यंत इतक्या बायका...दोन रुपये दिले तरी खूश अन् ही...थोडंसं हसत तिचा हात दाबून धरत तो म्हणाला होता, “त्याच्या ऐलाऽ काय बी मागऽ न्हाय म्हणलू तर...”

“बासऽ बास पैन लावायची काय गरज न्हावंऽ”

तिला सगळं आठवत होतं अन् बरं वाटत होतं. आता या भुयारातनं बाहेर पडण्याचा रस्ता दिसला होता. उजेड दिसत होता. वाट धावली होती. ती कुशीवर वळून झोपी गेली.

तेरा

थंडी संपली, हिवं वाजायचं कमी आलंऽ ज्वारीच्या काढण्या झाल्या, खळी सुरू झाली. ऊन तावाय लागलं. खोडवे तेव्हढं बाकी राहिले...सीझन संपत आला. लौकर सुटी होऊ लागली...म्हणावे असे काम मिळेना. फड मिळेनात. खोडव्यांचे फड. ह्या एवढ्या बाऽया...वाडा लगेच जुळून आलेला. एवढसं वाढं...पण वाढ्याच्या भेळ्याची किंमत वाढली, गवत कमी पडलं. ओला चारा कमी झाला म्हणताना भेळ्याला मागणी वाढली...पण आता थोडक्यावर आलं. लौकरच फॅक्टरी बंद होणार. पट्टा पडणार, या वेळेपुरतं तरी या धबडग्यातनं सुटका.

...त्याची पुन्हा गाठ नव्हती. बोलायचं तसंच राहिलं होतं. काहीतरी आश्वासन घ्यायला पाहिजे होतं. आपण त्या दिवशी पैसे घेतले नाहीत ते बरंच केलं. त्याच्यावर बोजा राहिला. आता आपलं काय म्हणेल ते ऐकेल.

जवळचा फड होता. गाडीची दुसरी खेप भरून दिली अन् मधल्या वाटेनं त्या साऱ्याजणी कारखान्याकडे निघाल्या. बांधानं वाट...एकीमागं एक...ती मागं होती...नादात नेहमीप्रमाणं ती मागं राहिली. एका बाजूला छातीएवढा वाढलेला ऊस, दुसरीकडे मोकळ्या रानात सऱ्या सोडलेल्या. दोनतीन गडी सरी तोडत होते. पळाटींची तयारी...पलीकडच्या कोपऱ्याला तो उभा होता. त्याला पाहून ती बावरली. नकळत हातापायात कंप भरला.

त्याच्याजवळून ती जाऊ लागली. तिरप्या नजरेनं त्याच्याकडे पाहात.

"आयला, हे काय खरं हाय व्हय? तोंड खवळून जायाचं? आं?"

ती पुढे चालत राहिली. तो बांधानं मागं मागं येत राहिला.

"आज ये त्याच ठिकाणी औवऽ"

"......"

"काय म्हणतुय मी? वाट बघतू...आज यायला काय आनलंय तुला."

तिनं माग वळूनही पाहिलं नाही.

"लेकाऽ कश्याचा एवढा राग आलाय? आं? सांगितलं न्हाय गेल्या बारीला

काय बी सांग मी मदत करतू म्हणूनऽ''

"मग तीच...'' ती मागं वळून म्हणाली, "म्या काय पैका मागितलाव? मी सांगती तुम्हास्नी...''

"मग आज?''

"बघती...जमताव का?'' तिच्या नगरी बोलण्यानं तो हसला. बांध संपला होता. बंगल्याकडे जाणाऱ्या वाटेनं तो छडी फिरवत निघून गेला. आज जायचं नाही हा विचार पक्का करत ती कोपीकडं वळली. का कुणास ठाऊक, पण आज नाही गेलं म्हणजे तो कासावीस होईल... आपल्या ओढीनं जास्तच पेटून उठेल... असं थोडंसं करायलाच पाहिजे. त्याशिवाय आपल्या पुरा मुठीत येणार नाही तो...असा काहीसा विचार करीत ती सैपाकाच्या तयारीला लागली.

...दुसऱ्या दिवशी तोडच संपली...सीझन संपल्याचा भोंगा झाला अन् मग एकच गडबड उडाली. पाऊस आल्यावर बाजारकरी जसा बाजार आवरतेत तशी गडबड उडाली..आता जायची ओढ...सगळे तयारीला लागले. मुकादमानं बाकीच्या मुकादमांच्या संगतीनं एक आचारी आणला. त्यानी सगळ्यांनी मिळून गाडीवानांना सीझन संपल्याचं जेवण द्यायचं असतं म्हनतावऽ आचाऱ्यानं बुंदी पाडली. मटकीची उसळ, भात अन् नुक्री...गाडीवान तळावरच ओळीनं बसून तराटून जेवले. बायकांच्या पंक्ती उठल्या. तिला ती नुक्री काही गोड लागली नाही. सगळा रस आपण शोषून घेऊन आपल्या तोंडाला पानं पुसायची, दुसरं काय, असल्यानीसुद्धा आपली गैबी लोक भाळतेत, तोंड फाटेस्तवर स्तुती करतेते...

जेवणं उरकली अन् तळ मोडला. सगळ्यांनी कोपी मोडल्या, तट्ट्या गुंडाळून मुकादमाच्या हवाली केला. शेवऱ्याचे तुकडे करून गाडीत भरले. संसार गाडीत रचला. वाढ्याचे भेळे घेतले...शेण लावलेल्या गवऱ्या, आसपासच्या शेतकऱ्यांना काय येईल त्या किमतीला देऊन टाकल्या. थोड्याच वेळात पटांगण दिसू लागलं. कोपीची टोपडी दिसत होती ती नाहीशी झाली...सगळ्यांचा कालवा उसळला. बांधाबांधी...तट्ट्या बांधणं, राहिलं सवरलं घेणं. व्यवहार तोडणं, कुणाचं पैसे देणं सगळंच...जायची घाई सुरू झाली. जसं ज्याचं आटपलं, बांधाबांधी होईल तशी गाडी बाहेर पडू लागली. सुर्वंताचं काय थोडंच होतं. बादली, पाटावरुटा, सामानाची लाकडी पेटी, वाकळा, घोंगड्या, वाढ्याचे भेळे...दोघांनी लगेच गाडी भरली, कोप मोडली, तट्ट्या मुकादमाबरोबर जाऊन कंपनीत जमा करून आला मल्हारी, अन् गाडी रस्त्याला काढली.

जरा वेळानं सगळ्या गाड्या रस्त्याला लागल्या अन् तळावर नुसत्या खुणा राहिल्या. पालापाचोळ्याचे, पाष्टाचे ढीगऽ चूल मांडलेली दगडं, कागदाचे कपटे, चिंध्या अन् खापराचे तुकडे...चार दोन पोरं कचरा उसकट पासकट करत असलेली

...कावळे काहीतरी टिपत असलेले.

...गाड्या घराच्या ओढीनं झपाझपा चाललेल्या अन् हल्लक होऊन गाडीत बसलेली सुर्वंता...केवढं वादळ घडून गेलं तिच्या आयुष्यात एवढ्याशा सहा महिन्यांत... एकेक आठवत होतं... अन् लाटा आल्यागत होत होतं. मन कधी उचंबळून यायचं तर कधी भरून यायचं... कामाच्या आठवणीनं शहारायचं तर... सगळ्या आठवणी पिंगा धरून, फेर धरून तिच्या मनी नाचत असलेल्या. आता रस्त्याचं नावीन्य राहिलं नव्हतं. नव्या मुलखाची ओढ नव्हती. फक्त घरी जायची ओढ होती. बैलांनाही होती. बिचारे न ओरडू देता झपाझप पावंड उचलत होते. तिला वाटलं ह्या मुक्या जित्राबांनी किती सोसावंऽ गोपादाचा बैल दुखावला... रोहिदासनं तर इतकी गाडी भरली की चढाला त्याचा मोऱ्या बसला तो पुन्हा उठलाच नाही. उरी फुटून गेला. बिचारा कष्टकष्ट करता मेला, तरी रोहिदासाला त्याचं काहीच नाही. उलट नव्या बैलाचं कर्ज डोक्यावर बसलं म्हणून तो चिडलेला... तिला वाटलं आपणही त्या दिवशी असंच रक्त जास्त जाऊन गेलो असतो तर... त्या आठवणीनं ती व्याकुळली. ते तसं नसतं झालं तर आज बाळातपनाला गेलो असतो...मुलगा की मुलगी या विचारात आपण दोघंही असतो. कुठे पडला तो आपल्या रक्तामांसाचा गोळा.. कुत्र्यामांजरांनी नाहीतर उंद्रानं खाल्ला असंल... तिचं तोंड कडवट झालं...ती आठवण तिनं विळ्यानं शेंडा उडवावा तशी उडवून लावली...ती पाटलाच्या आठवणीत रंगून जायचा प्रयत्न करू लागली..त्याच विचारातनं तिचा त्याच्याकडे वाटा करायचा, खोपट घालायचा विचार चालू झाला अन् ती सबंध रस्ताभर मल्हारीला ते सांगू लागली, त्याच्या मनावर ठसवायचा प्रयत्न करू लागली. एकदा का तो गावी गेला, शेतीच्या कामात गुंगला, कारभाऱ्याच्या अन् जावेच्या ऐकण्यात गेला की मग काही सांगायला नको अन् ऐकायला नको...

''आवोऽ आपल्या हिसाबाचं कायऽ'' तिला एकदम आठवल्यासारखं झालं. मुकादमानं जेवण घातलं खरं; पण बाकी काहीच नाही. एकूण किती झालं, किती फिटलं का राहिलं...

''आता जायाच ना एकांददिशी हिसाबाला,'' तो पुढे पाहत म्हणाला.

''म्हंजी? पुनींदा कारखान्याव यावा लागतऽ''

''कारखान्याव कशापायी? मुकादमानं आनलं ना शेवटचा बीलऽ मग त्या दिशी चुंबळीला मुकादमाच्या घरी जाऊन यावाचा.''

''हां हां...म्हंजी ती दाखवल त्यो हिसाब...''

''काय खोटं सांगताव का त्यो...काय आपून न्हेलाव तेच टिपलं असलं ना त्येत...''

''खरं हावऽ'' त्याला कसं आणि कितीदा समजून सांगायचं ते तिला समजेना.

अहो दुकानाचा माल काय भावात लावतूय, बील तरी सगळं जमा करतूय नीट का काय? सगळा पाढा तिनं पुन्हा पुन्हा घोळून त्याला सांगितला तसा तो वैतागला.

"आता ही समदी येतात ती एडी आन् तूच बरी बालष्टरीन लागून गेलीवऽ आता आपल्या साऱ्या मुलखातनं गाड्या जात्यात्. असाच हिसाब व्हतावऽ एका पैची कधी फारफेर नाय हुताव... उगं आपलं काय तरी..."

ती गप्प झाली. ह्याच्या हळूहळू सारं ध्यानात आणून द्यायचं, त्याच्या कलाकलानं... पण त्याला हे सारं कळलं पाहिजे...त्याच्या ध्यानात आलं पाहिजे... त्यालाही या गाळातनं वर निघावंसं वाटलं पाहिजे...त्याला तसं तयार करण्यात तर तिची कसोटी होती...तिनं आतापुरती माघार घेतली... पण पुढे अजून बराच वेळ होता. दोन दिवसांचा प्रवास होता. झालंच तर पुढच्या सीझनला अजून सहा महिने होते...

जामखेडाहून पुढे गाड्या गेल्या तशा एकएक कमी होऊ लागल्या. ज्याचं जसं गाव तसं वळून गावाकडं...डोमरी, पिट्टी, अन् त्यांच्या वाडीतल्या अशा गाड्यांचाच ताफा शेवटी राहिला.

ऱ्होतवडीवरून वाडीकडं जायच्या वाटेला गाडी लागली. डोमरीकडं जायचा रस्ता सोडून वाडीच्या वाटेला लागली. ती बाहेर पाहू लागली. गेल्या वेळी येताना कातळावरून पाहिलेलं हरीण तिला आठवलं अन् तिनं मल्हारीला ते सांगितलं.

आपल्या भागात आल्याचा मल्हारीला तर आनंद झाला होताच; पण बैलंही झपाझप पाय उचलत होती. त्याच्या खिलाऱ्यानं तर डरकी फोडली. डरकीचा आवाज डोंगरात घुमला. गणपतीच्या देवळाजवळ थांबून दोघं खाली उतरली, पाया पडली. आता ती गाडीत न बसता बाजूनं चालू लागली. वाडी आली तशी कडेच्या पाऊलवाटेनं घराकडे गेली. मल्हारी बाजूच्या रस्त्यानं गाडी हाकत घराकडे आला.

थोडा वेळ कालवा उसळला. शालन गाडीत चढून बसली. कारभाऱ्यानं, त्यानं, दोघींनी मिळून सामान सगळं खाली घेतलं. गाडी सोडली. बैलांना बांधून त्यांच्या पुढे सरमाड टाकलं. सारखं वाढे चघळून कंटाळलेले ते जीव चुरमुरे खावेत तसं सरमाड फोडू लागले. सगळा संसार उतरवून झाला. "तट्ट्या सोडू म्हन उद्या..." म्हणत शालनला उचलून, कडेवर घेऊन आत जात म्हणाला.

...अंधार पडला...सगळ्यांची बोलत बोलत जेवणं झाली. एकमेकांना कायकाय विचारून झालं. हिकडच्या तिकडच्या गप्पा झाल्या अन् दमून आल्यानं मल्हारी चादर घेऊन गाडीत झोपाय गेला. कारभारी बाहेर बाज टाकली होती तिच्यावर लवंडला.

डोंगरातनं वाऱ्याचा आवाज येत होता. पलीकडच्या बाजूनं मोठा रस्ता होता. घाट चढून येणारा ट्रक मध्येच जोरात आवाज देई. बाकी सारं शांत होतं...

सुर्वंताचं हिकडलं आयुष्य सुरू झालं. पाण्याची विहीर लांब खाली होती. नीट चढल्यासारखं टेकाड चढायचं. दोन दोन घागरी घेऊन...रांजण भरायचा... सैपाक

आटपायचा. बाजरी खुडून सुमडी लावलेली होती त्याची मळणी होती. सगळं उरकून खळ्यात जायचं. मल्हारी बैल जुंपून मळणीला सुरुवात करायचा. पिश्या बाजूला काढायचा. वारं बघून उपडायचं...डोंगरात वारं घोटाळायचं, केव्हा हिकडनं तर केव्हा तिकडनं...

बाजरी झाली. मग बाजरीच्या भातवड्या, कुरुड्या. तो एक वेगळाच उटारेटा...लौकर भाकरी-कालवन उरकून गड्या माणसाच्या आंघुळाऽ धुणं नंतर आपलं उरकायचं...भातवडीचा मोठा हंडा शिजायला ठेवायचाऽ हटायचं, पाणी आणायचं...धोतरावर भातवड्या घालायच्या. राखन...

मल्हारीनं बाजरीची मळणी आटपून साकवान घालून बैल बघून नांगरटीची तयारी केलेली... तो खालच्या दुबळक्यातनं नांगरताना दिसायचा. बैलक्याचे बैलांना हाकण्याचे आवाज साऱ्या दऱ्यांत घुमायचे...मोर, घारी वरनं तरंगत असायच्या...

हे झालं की डोंगरात सरपणाला जायचं...लाकडे, जाळ्या, काटकं गोळा करायच्या...सरमाड रचून ठेवायचं...जिवाला उसंत कशी नाही ती नाहीच.

...आठ का पंधरा दिवसांनी मल्हारी चुंबळीला मुकादमाकडं जाऊन आला हिशेबाचा एक कागद घेऊन. कारभारी अन् तो बराच वेळ मग त्या कागदाकडे पाहत हिशेबाबद्दल बोलत बसले. ती घागर हातात घेऊन त्याच्या जवळ जरा उभी राहिली. बोलण्यावरनं एवढंच तिला कळलं की सगळं होऊन आपल्या अंगावर दीडदोनशे रुपय फिरतातच...मध्ये दबून गेलेला विचार उसळी मारून वर आला. पाणी आणता आणता परत तिचं विचारचक्र चालू झालं. आताचे हे दोनएकशे रुपये परत काही तरी हे त्याच्याकडून उचलून आणणारच...त्याशिवाय सीझनपर्यंत कसं जगायचं...म्हणजे हजार, बाराशेपर्यंत उचल, त्याचे व्याज...पुन्हा आपलं येरे माझ्या मागल्या अन् ताक कण्या चांगल्या...

तिला कारखाना आठवला. कारखान्याच्या कडेचा बंगला आठवला अन् त्या आठवणीनं ती सैरभैर झाली. तिकडे असतो तर पळाटीचा वाटा केला असता... झालंच तर पुढे काहीबाही...

चौदा

धारेराव भोसल्यानी उस्मानला गाडी थांबवण्याची खूण केली. खोपोली आली होती. खोपोलीच्या एअरकंडिशण्ड हॉटेलपाशी ॲम्बॅसिडर येताच त्यांनी खूण केली. उस्माननं हात बाहेर काढून सफाईनं हॉटेलसमोर गाडी घेतली. दार उघडून धारेराव बाहेर आले. नेहरू शर्ट सारखा करत, डोक्यावरची खादीची पांढरी टोपी तिरकी करत त्यांनी रामदासला 'चलऽ' म्हटलं. रामदास अन् ते दोघेच गाडीत होते. दोघं हॉटेलात शिरले- एका निवांतशा फॅमिलीरूममध्ये बसले.

"काय व्हिस्की का ब्रॅन्डी सांगू?" रामदासानं त्यांना विचारलं.

"छ्याऽ तसलं काय आज नकू. बियर सांग..." धारेरावांनी बोटानं टेबलावर ताल धरला होता. आलेल्या वेटरला रामदासनं ऑर्डर दिली. खजूराहो बीयर, पापड, खारे काजू...

धारेराव गावाकडं कधीच पित नसत. मुंबईत पण नाही. मुंबईत घ्यायची एखादेवेळेस, पण ते फक्त रामदास असला बरोबर तर- बाकीच्यांच्या बरोबर नाही. गावाकडं तर चुकून नाही. त्यामुळे त्यांचं वजन होतं... दरारा होता... एका साखर कारखान्याच्या चेअरमन पदावर ते खूश नव्हते ... तालुक्यातल्या सगळ्या संस्था आपल्या पंखाखाली आणल्या होत्या. मुंबई दरबारी ओळख वाढवली होती. मदत केली होती- लागेबांधे वाढवले होते-नव्या सोयरिकी केल्या होत्या- पद्धतशीर पावलं टाकली होती अन् आज ते सहकारी साखर कारखाना संघाचे अध्यक्ष होते...

बियरचा ग्लास तोंडाला लावत रामदास म्हणाला, "साहेब, तुम्ही आज कमालच केली. मिनिस्टर बी चकित झाले... त्यांच्या ध्यानीमनी बी नव्हतं तुम्ही एवढं मान्य कराल म्हणून... मलाबी थोडंसं आश्चर्य वाटलं..."

त्यांनी नेहमीचं हास्य केलं... एक घुटका घेऊन त्यांनी ग्लास खाली ठेवला. पापडाचा तुकडा मोडत ते म्हणाले, "रामदास, आरं आपल्या सहकारवाल्यांच्य नावानं जी ती बोंबलतीयेतऽ आन कामगार पुढाऱ्यांनी दम द्यायचा, संप करायचा, मिनिस्टरनी सांगायचं अन् मग आपून मान्य करायचं, ह्यात आपल्याला काय क्रेडिट रं?"

"हां, ते बी खरंच है" काजू तोंडात टाकत तो म्हणाला. तोडणी कामगारांच्या पगारात वाढ करावी म्हणून सरकारनं मजूरमंत्र्यांच्या अध्यक्षतेखाली एक कमिटी नेमली होती अन् तिच्यावर संघाचे चेअरमन म्हणून धारेराव होते. नेहमीप्रमाणे साखर कामगार पुढाऱ्यांनी बरीच वाढ मागितली होती अन् खासगी तसंच सहकारीच्या प्रतिनिधींनी ती फेटाळून लावली होती. मिनिस्टर काहीतरी तोडगा काढण्याच्या विचारात होते. अशाच पाचसहा मीटिंगा होऊन गेल्या होत्या. एका वेळी मिनिस्टरांना ऐन बैठकीतून एक मोर्चाला सामोरं जावं लागलं होतं. दुसऱ्या वेळी विधानसभेत त्यांच्या खात्यावरच्या एका लक्षवेधी प्रस्तावाला उत्तर द्यायचं होतं म्हणून जावं लागलं होत. तिसऱ्या वेळी साखर कामगारांचा प्रमुख पुढारीच आजारी असल्यानं चर्चा थांबली होती. कामगारपुढारी पद्धतशीरपणे पेपरमधून रान उठवत होते. कारखानदार चोर असल्याचा कांगावा करत होते. अशा परिस्थितीत धारेरावनी खासगी कारखान्यांच्या मालकांपैकी एका शेठजीला गाठलं. काही बोलणं केलं. कोल्हापूरच्या सहकारी कारखान्यांच्या चेरअमनशी फोनवरून बोलणं केलं अन् आजच्या मीटिंगची सुरुवातच स्वत: केली अन् संपवूनही निघाले होते. कुणी काही बोलायच्या आतच धारेरावनी टनाला दोन रुपये चाळीस पैसे वाढ द्यायचं मान्य केलं होतं. आजपर्यंतचा धारेरावचा स्वभाव, काम करण्याची पद्धत अन् दिलेला शब्द खरा करून दाखवण्याची जिद्द, सारं काही माहीत असलेल्या कामगार पुढाऱ्यांनी याला तत्काळ मान्यता दिली होती; कारण धारेरावनी सांगितलंच होतं की हे सगळं विचार करून प्रपोजल मांडलंय्, यात एक पैसाही वाढवता येणार नाही अन् कमी पण करणार नाही. तुम्हीं दीड वर्षाचा फरक मागताय्, आम्ही वर्षाचा देऊ... कामगारांच्या मागण्यांपेक्षा फक्त साठ पैसे कमी होते अन् सहा महिन्यांचा डिफरन्स बुडणार होता. कोल्हापूरच्या कॉम्रेडनं सहा महिन्यांच्या फरकासाठी जरा ताणून धरण्याचा प्रयत्न केला. त्याच्या हिशेबी सहा महिन्यांचा फरक वाढवून मिळाला तर युनियनला पन्नास पन्नास रुपये तरी देणगी म्हणून जमवायला हरकत नाही; पण बोलणं तुटायच्या बेताला आलंय, एवढं समजणारे नगर जिल्ह्यातले कामगारपुढारी-त्यांनी मोठ्या खुल्या दिलानं आम्ही संमती देत आहोत म्हटलं अन् मीटिंगचा हीरो ठरून धारेराव बाहेर पडले होते. मिनिस्टरांना स्वतःकडे क्रेडिट घ्यायचं होतं; पण ते जमलं नव्हतं. धारेरावनी आपलं नाव उद्याच्या पेपरमध्ये येईल अशी व्यवस्था केली होती अगोदरच...

"आता एक करायचं, रामदास,'" डोळे बारीक करून, पुढे झुकून धारेराव म्हणाले.

"काय?"

"सगळ्यांच्या अगोदर आपला फरक वाटून टाकायचा. एमडीला सांगून टाक,

ह्या रेटनं सगळ्यांचा फरक काढा अन् वाटून टाका. संघाचं पत्रक किंवा सरकारचा जी. आर. येस्तवर बी वाट बघू नका म्हणावं.''

''व्हय! आता गेलू की सांगतोच एम. डी. ला-''

''तेवढंच नाय... बातमी पेपरात येईल अशी वेवस्था करायची-महाराष्ट्रात पहिल्यांदा फरक वाटणारा कारखाना. सगळं बयाजवार... आं?''

''त्याची काय काळजी करू नगा तुम्ही! तुमच्या हस्ते फरकाचे पैसे वाटतानाचा फोटो बी देऊ...''

''ते एक झालं... आपल्या कारखान्याचं गळीत किती झालं रं यंदा?''

''काय तरी साडेतीन लाख झालं म्हणायचं...'' तो आठवत म्हणाला.

विचार करीत धारेराव म्हणाले, ''म्हंजी तीन दुणे सहा आन दीड साडेसात लाख रुपये वाटावं लागत्याल, न्हाय का रं?''

''व्हय सायेब...'' बियर ग्लासात ओतत रामदास म्हणाला. फेस दरदरून वर आला अन् थोडीशी रामदासच्या धोतरावर सांडली.

''हॅत तुज्यायला- कितींदा झालं रं पेतूयास-आं? तर हे बग टनाला आठ आण्याप्रमाणं जरी कापलं तरी दीड लाखाला मरान न्हाय...''

''व्हय...'' मान हलवत तो म्हणाला. पैसे कशाकरता जमवायचे हे काही त्याच्या ध्यानात आलं नाही. असेल एखादी इमारत बांधायची. साहेबांनी असे निधी गोळा करून बऱ्याच इमारती उठवल्या होत्या.

''काय? बिल्डिंग बांधायची?''

''हॅट लेकाऽ आपून किती दिवस ह्या टरमाळ्यातनं हिंडायचं? आं? काय? इम्पाला मर्सिडीज नकू का...?''

रामदासची ट्यूब पेटली. आनंदानं तो म्हणाला, ''झकास आयडिया, आलं धेनात साहेब. कारखान्याच्या तोडणी कामगारांतर्फे आपल्याला सप्रेम भेट म्हणून- एवढा फरक मिळवून दिला त्यांच्याविषयी आदराचं प्रतीक... फूल ना फुलाची पाकळी म्हणून...'' रामदास स्टेजवर बोलल्यागत बोलला अन् त्यानं स्वतःच हळूच टाळ्या वाजवल्या. त्याचं विमान थोडं वर चढलं हे धारेरावनी ओळखलं. मिशीत हसत ते म्हणाले, ''वा रं माझ्या गब्रू, अगदी मनकवडा हायेस बग! उगं न्हाई तुला माझा पट्ठा म्हणतेत ...''

'आता काय गेलू की लागतूच कामाला. पुढच्या वेळेला येताना इम्पालातनच यायचं मुंबईला...' रामदास शेवटचा काजू तोंडात टाकत म्हणाला.

दोघं बशीत नोट ठेवून बाहेर आले. उस्मानला दहाची नोट देत त्याला नाष्टा करून लौकर यायला सांगून रामदास बनारस पान, किमाम जाफरानीसह, आणायला गेला.

डोमरीतल्या एकानं बैल परस्पर विकल्याची बातमी लागली होती, म्हणून मुकादम डोमरीला जाऊन आला होता. डोमरीच्या सरपंचाची गाठ घेऊन त्यानं पैसे आणून दे, न्हायतर फिर्याद करीन म्हणून दम दिला होता. बैलाच्या खरेदी पावत्या मुकादमाजवळ होत्या. परस्पर बैल कसा विकता येईल? बरं विकला तर विक बाबा; पण आमचे पैसे अन् व्याज आणून भर. तू मोकळा, आम्ही मोकळे. बघ दुसरा मुकादम, दुसरा कारखाना. काय आमच्या बापाची बाभळ बुडतीय्...तर असलं झेंगट झालं होतं ते निस्तरून ऱ्होतवडीवर मुकादम आला तेव्हा दिवस मावळायला आला होता. आता चुंबळीला जाण्यापेक्षा बीडला जावं, एखादा सिनेमा नाहीतर तमाशाची बाई बघावी, एकदोन पावशेर टाकावी, मटणाचं जेवण चापावं अन् लॉजवर पडावं अशा विचारानं तो ऱ्होतवडीवर बीडला जाणाऱ्या सुपरची वाट बघत बसला होता. त्यानं घड्याळात पाहिलं. सात वाजले होते. जवळच्या ट्रँझिस्टरची खुटी पिरगळली. बातम्या चालू झाल्या होत्या. तो बातम्या ऐकू लागला. 'महाराष्ट्र शासनाने तोडणी कामगारांसाठी नेमलेल्या कमिटीपुढे राज्य सहकारी साखर कारखाना संघाचे अध्यक्ष श्री. धारेराव भोसले यांनी ऊसतोडणीचा भाव टनाला दोन रुपये चाळीस पैशांनी वाढवून देण्याचे मान्य केले असून, तोडणी कामगारांना एक वर्षाचा फरकही देण्याचे कबूल केले आहे. या सुधारित दरामुळे महाराष्ट्रातील सर्व साखर कारखान्यांवरील एक लाख कामगारांना याचा फायदा मिळणार आहे. सर्व कामगार पुढाऱ्यांनी संघाचे अध्यक्ष श्री. धारेराव भोसले यांचे अभिनंदन केले आहे...ग्रामीण विद्युतीकरणासाठी मराठवाड्यास जादा साहाय्य मिळणार असून...'

त्यानं रेडिओ बंद केला. दिवसभराच्या कटकटीनं त्रासलेला त्याचा चेहरा बातमीनं उजळला. म्हणजे आता महिना पंधरा दिवसांत कारखान्याचं पत्र येणारच, फरक घेऊन जा म्हणून. वेळेला पैसा आला. तो खुशीत शीळ वाजवू लागला. पुणे-बीड सुपर आली, तसा रेडिओ सांभाळत तो गाडीत चढला.

त्याच्या अंदाजानुसार पंधरा दिवसांतच कारखान्याचे पत्र आलं. फरकाची रक्कम घेऊन जाण्याविषयी त्यात कळवलं होतं. सुटीचा दिवस सोडून केव्हाही यावं, असं लिहिलं होतं. दुसरं एक पत्र होतं. सर्व तोडणी कामगार, ट्रक, ट्रॅक्टर मालकांतर्फे रामदास सुताराने एक पत्र लिहिलं होतं. आपल्या कारखान्याचे संस्थापक, महाराष्ट्रातल्या सहकारी चळवळीचे अग्रणी, राज्य सहकारी साखर कारखाना संघाचे सर्वांत लोकप्रिय अध्यक्ष श्री. धारेरावजी भोसले यांच्या प्रयत्नांमुळेच आज आपल्याला वाढीव दर व फरकाची रक्कम मिळत आहे. त्यांच्या प्रयत्नांची जाणीव व त्यांच्याविषयीचा आदर व्यक्त करण्याची संधी म्हणून आपण सर्वजणांनी या फरकाच्या रकमेतून माननीय भोसलेजींना फूल ना फुलाची पाकळी म्हणून त्यांचा प्रवास, ते रात्रंदिवस महाराष्ट्रभर फिरत असल्याने, सुखाचा व्हावा या हेतूने इम्पाला घेण्यासाठी म्हणून

देण्याचे ठरवले आहे, तरी आपण या उपक्रमास हातभार लावावा ही विनंती इ. इ.

मुकादमाला याची कल्पना होतीच. मिळणाऱ्या फरकातनं टनामागं रुपाया आठ आणे गेले तर त्याचं काही फारसं बिघडत नव्हतं. तो सीझनभर आपल्या गाड्यांनी वाहतूक केलेल्या टनांचा आकडा काढण्यात गुंग होऊन गेला.

ठरल्याप्रमाणे ते वाटप झालं. समारंभ झाला. फोटो निघाले. हारतुरे, तोंड फाटे- स्तर स्तुती करणारी भाषणं...इम्पाला गाडी आली. मुकादम, ट्रकमालक पैसे खिशात घालून गेले...

उन्हाचा चटका वाढला होता. वैशाखातलं ऊन मराठवाड्याचा मुलूख भाजून काढत होतं. तसल्या उन्हात सीझनभर खपणारे नगरी जमिनी नांगरत होते. बैलांच्या शेपट्या पिरगाळत होते. त्यांच्या गावीही नव्हतं असा काही फरक आपल्या नावावर निघालाय्...वाटला जातोय्...

...ऊसतोडणी कामगारांचा प्रश्न निकालात काढला म्हणून शासन खूश होतं, युनियनवाल्यांनीही फरकातून वर्गणी गोळा करून त्यांच्या प्रवासाची, भत्त्याची सोय झाली म्हणून ते खूश होते. सहकारमहर्षीही खूश होते. थोडक्यावर प्रश्न मिटवला धारेरावांनी म्हणून...

पंधरा

भाजून काढणारा उन्हाळा संपला. पावसाळ्याची चाहूल लागली. हत्तीसारखे ढग भरभरून येऊ लागले. वारा भिरभिरू लागला. खकाणा, वायटूळा उडू लागल्या. पालापाचोळा आकाशात गिरक्या घेऊ लागला. पाखरं बावरून झाडाच्या आसऱ्यानं बसू लागली. करवंदाच्या जाळीतनं पिकून लाल झालेली करवंदं खाऊन रंगलेली पोराटोरांची तोंडं आता ढगाकडं पाहू लागली. डोंगर उतावळे झाले. माळवदावर वर चढून हाका माराव्यात तसे डोंगर पावसाला हाका मारताहेत असं वाटू लागलं. पावश्या जोरजोरात साद घालू लागला. ऱ्होतवडीच्या बाजूकडनं एखादं सैन्य चालून यावं, घोड्यांच्या टापांचा आवाज यावा तसं रापराप आवाज करीत पाऊस आला. टपोरे थेंब भुईवर पडू लागले. वारा एकदम शांत झाला. झाडे-पाने सळसळावयाची थांबून निगुतीनं न्हात उभी राहिली. मातीचा खमंग वास सगळीकडं सुटला अन् तो उरात भरभरून घेत हरणांनी दऱ्यांतनं उड्या मारल्या. मोर केकाटले. पिसारा फुलवून नाचू लागले. लांडोरी त्यांच्या भोवतीनं फिरू लागल्या. भैरी ससाणे, मोर, घारी झपाट्यानं येऊन डोंगरातला एखादा मोठा वड, लिंब, हेक्कळ यांच्या आसऱ्याला थांबू लागली. सारं डोंगररान या पहिल्या पावसाचं कौतुक करीत गप उभं राहिलं.

थोड्याच वेळात पावसाचा जोर वाढला. पाण्याचे गढूळ ओहोळ जमिनीतनं बाहेर पडले अन् दगडाच्या पवळीतून खाली पडू लागले. पाण्याचा आवाज होऊ लागला. खंडोबाच्या डोंगरावरून, पिंपळाच्या सोंडीकडून, घाटी सोंड, कवठीच सोंड, खरप्याचं नाकाड, सगळीकडनं पाण्याचे मातकट पांढरे लोट खाली आपटू लागले. या पाण्यानं गुरं थरारून गेली. एखाद्या मोठ्या यहळाच्या झाडाखाली जमा झाली. विजेने आसमंतात आसूड ओढले अन् कडाडण्यानं मेंढर बुजून सैरभैर झाली.

चिमण्या, सप्तरंगी हारेल, कोळसा (लालबोची) असली लहान पाखरं मिरमुरी होऊन भिजत गपचिप बसून राहिली. अचाट पाणी कोसळलं. रानांची हडाडी मिटली. पहिल्याच झटक्याला नांगरटीतनं पाणी निघालं. सगळं शिवार न्हाऊन

गेल्यागत झालं. पालवी फुटलेली झाडं तरारली. डोंगर काळेकबरे झाले...

सगळं जंगल हिरवंकंच दिसू लागलं. सगळ्या प्रकारची झाडं, वेली तरारल्या. वड, लिंब, कार, हेक्कळ, यहळा असली मोठी झाडं पाणी पिऊन तृप्त झाली तर पांढरफळी, करवंद, चार, टेंबरुन, वासनील, काळा मोगरा, पिवळवेल, हरणदोडी, कांडीवेल असल्या वेली, लहानखुरी झाडं, उन्हाळ्यानं वाळून गेल्यागत झाली होती, त्यांच्या जिवात जीव आला. सारं रान आता थोड्याच दिवसांत गर्द हिरवं दिसू लागेल. डोंगर पाझरू लागतीलऽ बारीकसारीक वघळी, नाले खळाखळा वहायला लागलेत.

रानाला वापसा येईल अन् मग टिफणी चौफणी करू लागती. मूग, मटकी, बाजरी पेरतीलऽ डोंगरावरनं गवत माजेल अन् तो ओला चारा खाऊन खिल्लारं माजतील, दुधाला कमी पडणार नाहीत...

...पावसानं समोरचं काही दिसत नव्हतं. समोरचा डोंगरसुद्धा दिसत नव्हता. मोठमोठ्या सरींनी एक पांढराशुभ्र पडदाच तयार केलाय् असं वाटत होतं.

कारभारी शालनला चादरीत घेऊन निसर्गाचं कौतुक न्याहाळीत बसला होता. ढग अगदी डोंगराच्या माथ्याला चिकटल्यागत दिसत होते. सारं शांत होतं. वारा बंद होता. सगळा परिसर पावसाच्या आगमनानं आनंदी होऊन न्हाऊन निघत होता. कारभाऱ्याचं मन उमलून आलं. शालनला दोन्ही हातानं कवळ घालत त्यानं गुणगुणायला सुरुवात केली.

मोरी गाय येली गेनबाऽ मोरी गाय येलीऽ
गयीला झाला गोऱ्हा गेनबाऽ गयीला झाला गोऱ्हाऽ
गोऱ्हायच्या गळ्यात गेठा गेनबाऽ गोऱ्हायच्या गळ्यात गेठा-
गेठ्याला मोडला काटा गेनबाऽ गेठ्याला मोडला काटा...
काट्याकुट्याचा येळू गेनबाऽ काट्याकुट्याचा येळू
गया लागल्या खेळू गेनबाऽ गया लागल्या खेळू
खेळ फुटतो पांड्या गेनबाऽ खेळ फुटतो पांड्या
बैल डरतो नांद्या गेनबाऽ बैल डरतो नांद्या
नांद्या बैलाची येसन गेनबाऽ नांद्या बैलाची येसनऽ
निळ्या घोडीव बसन गेनबाऽ निळ्या घोडीव बसनऽ

...म्हणता म्हणता पावसाच्या आवाजाच्या नादावर कारभाऱ्याचा आवाज चांगलाच मोठा झाला होता अन् सारीच त्याचं गाणं ऐकत होती. त्याच्या लक्षात येताच तो वरमला. शालनला घट्ट मिठी घालत त्यानं तिचा मुका घेतला.

"दादा, अजुनी म्हणताव ना? म्हण की!"

"बास झालाव पोरी..." तो गप होऊन पावसाकडं बघत ऱ्हायला. पावसानं

उघडीप दिली. वापसा आला. पेरायची एकच घाई उडाली. खालच्या रानातून बैलक्याचे आवाज वरपर्यंत ऐकू आले. झिम्मड उडाली. खालच्या विहिरीवरनं पाणी आणून, भाकरी करून, त्या औतवाल्यांना जागेवर पोच करून, घरातलं सगळं आवरायचं-ह्या धबडग्यात सुर्वंता हरवून गेली.

...बाजरी घुडग्यामांड्याला आली. मूग, मटकीला शेंगा लागू लागल्या. सगळं शिवार डोलू लागलं. पाखरं चिवचिवू लागली. श्रावण, भादवा गेला. दसरा येईल. परत सीझनला जायची तयारी सुरू. मुकादमाकडून उचल आणणं, जित्राब चांगलं नसलं तर घेणं, कारखान्यावर जायचं तर एसूर, जळणकाटकाची तयारी, सगळं गेल्या वर्षीगतच...जायचे वेध लागले तसं तिचं मन परत बंड करून उठलं. बागायतदाराची आठवण परत उसळी मारून आली. आता कारखान्यावर जायचं ते या चक्रातनं सुटका होण्यासाठीच-मल्हारीनं मुकादमाकडे जाऊन काहीतरी उचल आणलीच होती. सणवार होते. चौघांची कापडंचोपडं, मीठमिरची काय लागत नाही संसाराला? अगदी नुसती चटणी-भाकरी खायची म्हटलं तरी! म्हणजे बोजा डोक्यावरचा काही खाली होत नाही. तिचे विचार परत सुरू झाले होते. या बारीतही आपणच सीझनला जायचं; पण तिकडंच कायम राहण्याच्या इराद्यानं...

... इकडं यायचं नाही परत? तिला एकाएकी आपल्या डोंगराच्या उतारानं वसलेल्या वाडीबद्दल, या डोंगराबद्दल, ह्या दऱ्याखोऱ्या, झाडवानं, खाली पसरलेली काळी, घोंगड्यासारखी रानं,...वळणावळणाचा रस्ता...सगळ्याबद्दल आपुलकी दाटून आली. जसं काही आताच ती हे सगळं सोडून निघाली होती...मन हल्लक झालं; पण दुसऱ्याच क्षणी तिनं मन कठोर केलं. हे सगळं पहायला बरं आहे-आपली जमीन बक्कळ असती, उत्पन्न भरपेट निघत असतं, तर ठीक होतं. रात्रंदिन कष्ट केले असते, घामानं न्हाऊ घातलं असतं काळ्या आईला अन् मोती पिकवलं असतं. तिच्या मनी आलं, 'ह्या तिन्ही बाजूच्या डोंगरातनं एवढं पाणी खाली आदळतं, ओढा भरभरून जातो, पुन्हा कोरडाऽ हे पाणी त्या तिकडं सपाटीला बांधबिध घालून आडवलंऽ दगडांना काय तोटा नाहीऽ तर कायतरी पाण्याचा साठणा होईल, दोघाचौघांत एखादी विहीर पाडली तर झिरप्यात पाणी लागलं, तेव्हढंच कायतरी होईल... लांब परमुलखात जायची तरी जरूर पडणार नाही; पण करणार कोणऽ बांधावरनं मारामाऱ्या करतीलऽ कारखान्यावर हमरीतुमरीवर येतील; पण सगळी मिळून बंधारा घालू म्हणताव? छ्या-

मल्हारीच्या मागं तिचं अधूनमधून टुमणं चालूच असायचं! कळत नकळत त्याच्या मनात तिकडे कायमचं राहण्याबद्दल भरवण्याचा प्रयत्न करीत होती. तो कधी ऐकल्यासारखं करे, कधी कानाआड केल्यासारखं करून सरळ कामाला निघून जाई. आपली वाडी, जमीन, बैल सगळं सोडून एकदम दुसऱ्या परठिकाणी तो

राबायला तयार होईल असं तिलासुद्धा वाटत नव्हतं; पण ती चिकाटी सोडणार नव्हती.

...यंदा सीझन लौकर सुरू व्हायचा होता. मुकादम वाडीत येऊन लौकर तयार व्हायला सांगून गेला. पाचपन्नास, शेदोनशे, पाचशे जशा लागतील तशा उचली देऊन त्यानं गाड्या पक्क्या केल्या. कोण एखादा दुसऱ्या कारखान्यावर जायची बोलवा असंल तर त्याची गाठ घेऊन दम देऊन गेला. तारीख कळवन त्या दिवसाला जामखेडावर हजर रहा सांगून गेला.

...निरोप आला. गाड्या निघाल्या- डोंगराकडं, वाडीकडं पाहत पाहत सुर्वंता निघाली... जामखेडावर मेळापाका झाला. तांडाच्या तांडा कारखान्याच्या दिशेने चालू लागला. आता काही नवीन नव्हतं. नाही म्हटलं तरी त्या निळ्या बंगल्याची ओढ होती. त्याच्या आठवणीनं मन बहारून येत होतं. हे वाईट आहे वगैरे वाटण्याच्या पलीकडे ती गेली होती. तिच्या मनानं एकच घेतलं होतं, की त्याचा आधार चांगला आहे. घ्यायचा, ह्यातनं बाहेर पडायचं, पोराबाळांचं शिक्षण करायचं- यात राहूनही आपलं शील काय शाबूत राहू शकलं नाही, शकणार नाहीऽ तिनं पाह्यलं होतं, मुकादम वाडीत आला तरी त्याची नजर तिला शोधत होती, नकळत इकडेतिकडे तो सुर्वंता कुठं दिसतीय का ते पाहत होता. तिनं हेरलं होतं, पाणी आणायला जाताना तिरप्या नजरेनं टिपलं होतं अन् रागानं ओठ दाताखाली चावला होता. ती त्या रात्रीचा प्रसंग जन्मात विसरू शकणार नव्हती. केवळ नाइलाजाने, अगतिकपणे, असहाय्यपणे त्यानं तिला धरली होती. मनासारखं केलं होतं, अधिकाराच्या जोरावर, पैशाच्या मस्तीवर... ते ती विसरू शकत नव्हती. मग काय ह्यात राहिलं तरी सुख ते नव्हतंच. कर्जापरी कर्ज डोक्यावरचं हटणार नव्हतं अन् ते कष्ट... तिनं डोळे मिटून घेतले. थंडी, पाऊस, चिखल काही न बघता, कशाची पर्वा न करता, कूस चावतीय, पाय निसटतेत, शिळं तुकडं मोडाव लागतेत, त्यातच खाली वाकवाकून ऊस सवळायचा- ती त्या कष्टाच्या आठवणीनं शहारली... हे लौकर संपवलं पाहिजे, काहीतरी विसावा मिळाला पाहिजे, स्थिर झालं पाहिजे या विचारानं ती झपाटली गेली अन् साऱ्या रस्त्यानं ती मल्हारीला पटवून देत बसली. तो पहिल्या पहिल्यांदा हूं हूं करत ऐकून घेऊ लागला, परत कातावला. पुढं चिडला तशी ती काही वेळ गप्प गप्प राही. तोंड फुगवून मागं पाहत बसे. जरा वेळानं तोच पुन्हा तिला "काय तरी बोल, आ, गपगप काय बसतीव" म्हणे. पुन्हा ती हिकडनं तिकडनं मूळ पदावर येई.

...गाड्या कारखान्यावर आल्या. तळाला जाग आली. निळा बंगला टवकारून पाहतोय् असं तिला वाटलं उगीचच! त्यांनी कोपी उभ्या केल्या. संसार उभे राहिले- तोडणीचा प्रोग्रॅम मिळायची वाट पाहू लागले.

मुकादमानं दुकान टाकलं. गेल्या वर्षीपेक्षा मोठं! सगळा माल भरला. हिकडंतिकडं फिरून सूचना देऊ लागला. एकूण गडबड उडाली. धांदल झाली. अन् तोड सुरू झाली. त्यांच्या कामाचा धबडगा सुरू झाला.

....ह्या वर्षी डॉक्टर येऊन कसलं तरी इंजेक्शन सगळ्यांना देऊन गेला. पावसाळा अजून तसा कमी झाला नव्हता. बहुतेक कॉलऱ्याचं असावं. पांढऱ्या पातळातल्या दोघीतिघी नाकाला चिटभर फडकी लावत कागद-पेन घेऊन तळावर आल्या अन् सारी माहिति विचारून, लिहून घेऊन गेल्या. सगळी माहिती-नाव, पोरं किती, लग्नाला किती वर्षं झाली, माती न मसाण. काय करतेत ह्या बाया त्या माहितीचं कुणाला ठाव! बहुतेक आप्रीशनसाठी नांव काढीत असतील. दुसरं काय! सुर्वंताला वाटलं, असंना का काय पण आपल्याला काय आताच घोर नाही. ती कामाला लागली. सैपाक उरकायचा होता. काट्यावर भाकरी पोच करायची होती. दिसलाच तर त्याची पण गाठ घ्यायची होती. तिच्या मनातलं ते वेड गेलं नव्हतं, जाणार नव्हतं.

...आताशी ती कधीमधी सवड सापडली की त्या बंगल्याच्या समोरच्या विहिरीवर धुणं धुवायला जाई. तेव्हढंच निमित्त. पुन्हा कुणाला संशय नको. तिथल्या विहिरीवर धुणं धुता धुता तिथल्या बायकांकडून तिला नवीन माहिती मिळाली होती. निळ्या बंगल्याचा मालक फार मोठा होता. कारखान्याचा चेअरमन होता, वर पण कुठंतरी मोठा पुढारी होता. त्या बाया कौतुकानं त्या घराबद्दल बोलत. गबरगंड घराणं होतं. अमाप उत्पन्न होतं. नेहमी पुढाऱ्यांची वर्दळ असे. चारपाच मोटारी दारात असत. ये-जा, वर्दळ असे...बंगल्याचा मालक बंगल्यावर नसला की मग जरा शांतता असे...मुलगा मात्र कायम बंगल्यात, सभोवारच्या शेतीत फिरताना दिसे...तिची त्याची नजरभेट तरी होईच. बायकांच्या बोलण्यावरून आपल्यासारखी अजून पाचसात तरी कुटुंबं सहज मावून जातील. त्यांचं खळं झाडून नेलं तरी आपल्यासारख्याचं सालभर पोट भरेल. तिला एखाद्या मोठ्या वडाच्या झाडाखाली सावलीला बसावं तसं वाटायला लागलं, मनातला बेत पक्का होऊ लागला. मल्हारीचं मन कसंही करून वळवायचं म्हणून ती जिद्दीला पेटली. ती काम करीत होती, फडात जात होती. सैपाकपाणी उरकत होती; पण ध्यास मात्र लागला होता सुटकेचा. एवढा सीझन कसातरी पार पाडायचा. काय होईल तो हिशेब बघायचा. राहिली उचल अंगावर तरी कारभाऱ्याला सांगायचं. गाडी, बैल दोन्ही कारभाऱ्याला देऊन टाकायचे. वाटण्या करायच्या नाहीत अन् काही मागायचं पण नाहीऽ दिली बाजरीफिजरी तर बरंच, न्हायतर आपल्या पायावर आपण उभं राहायचं. कारभारी चिडेल, आरडेल, ओरडेल...त्याला भिणार नाही आपण; पण आपला मल्हारीराया

खंबीर झाला पाहिजे. त्याची पक्की समजूत पटली पाहिजे... तो एकदा का आपल्या ऐकण्यात आला की मग आपलं काम सोपं, या असल्या विचारातच ती असे. बोलली तरी याच विषयावर त्याच्याशी बोले. नाना प्रकारे त्याला ती समजावण्याचा प्रयत्न करी. गोपादानं एकदाच भडकून विचारलं तर त्याची कशी गत केली मुकादमानं हे तिनंच त्याला घोळून घोळून सांगितलं. एकदोनदा बाजारात नेऊन मालाचे भाव विचारायला लावले अन् मुकादमाच्या दुकानातले पण भाव बघायला सांगितले. हळूहळू त्याच्या पण मनावर परिणाम होऊ लागला होता. दिवसभर कष्ट केले तरी निदान कडूसं पडताना तरी घरी असावं, निवांत उताणं पडून चांदण्या न्याहाळाव्या, घरातनं येणारा भाकरीचा खरपूस वास, फोडणीचा वास, आवाज ऐकून तोंडाला पाणी सुटावंऽ ते तोंडात घोळवत कारभारणीच्या हाकेची वाट बघावीऽ एखादं रांगतं पोर छातीवर खेळावं, त्यानं छातीवरलं केस उपटावंत, कसंही नाक, कान इवल्या हातानं धरावं अन् आपण त्याचे पटापट मुके घ्यावेतऽ खरं...असं काहीतरी व्हायला पाहिजेऽ नाही तर एकदा का म्हातारा झालो की काठी घेऊन पांढऱ्या डोळ्यांनी उगंच अंतराळात पाहत डोंगराच्या कडेला बसून ऱ्हायचंऽ पोरंबाळं दूर कुठंतरी कारखान्यावर गेलेली असणार आपल्यासारखीच ऊस तोडणीला अन् आपण आपलं एकेक दिवस मोजत राहायचं. मेलं तरी पोरांचा हात लागतोय का नाही कुणाल ठावं! त्यांना कारखान्यावर निरोप मिळायचा केव्हा अन् ती सारी गाडी सोडून वाडीला यायची केव्हा? तोपर्यंत आपलं कोळसं होऊन राखसुद्धा सावडली जायची... नाही म्हणत, त्याचेही विचार सुर्वंताच्या बोलण्यानं चालू झाले होते. एकीकडे असं वाटायचं तर दुसरीकडे आपलं गावऽ आपली जमीनऽ आपला भाग सारं सोडून ह्या असल्या माजोऱ्यांच्या मुलखात राहायचं म्हणजे धसका वाटे. कोण ओळखीचं ना पाळखीचं. आता जसं गोळ्यामेळ्यानं राहतोय, कुणावर जरी प्रसंग आला तरी एकमेकांना मदत करतोय...तसं होईल का? असले विचार त्याच्या मनात गाडी हाणताना, काट्यावर गाडी नंबराला लावल्यावर, रिकामं झाल्यावर येत असत. तिच्या मनातलं विचाराच द्वंद्व संपल होतं आणि त्याच्या मनात वादळ उठलं होतं.

सोळा

बऱ्याच दिवसांनी संधी मिळाली अन् ती फाट्याच्या कडेनं आली. ती आज त्याला वाट्याचं विचारणार होती. संक्रांत संपून गेली होती. उन्हाचा चटका वाढायला लागला होता, म्हणजे आता सीझन आटपत आला, म्हणजे आतापासून प्रयत्न केला तर कपाशीफिपाशी, मकेचा वाटा मिळंल. झालंच तर झोपडी तयार कराय होवी. कारभारी पुन्हा काय म्हणतोय् ही धाकधूक होतीच. अगोदर ह्याचं तरी कायम करू...

तेजराम फटफटी उभी करून तिची वाटच पाहत होता. गेल्या सीझनला भेटलेली त्यावर आता भेटत होती.

"इतकं उपाशी ठेवल्यात व्हय?" तो हळूच कुजबुजला.

"जावाऽ जसं काही खरंच सांगतावऽ अशा कितीक जणी - काय मला ठाव न्हाव?'

त्याला नेहमी तिच्या नगरी हेलाचं हसू येई. दुखूत वगैरे म्हणाली की त्याला फार गंमत वाटे.

"खमंग काकडी ती काकडी अन् शेंदाड ती शेंदाडच की गं!"

काकडी म्हणल्यावर ती एकदम दचकली. नेमकं मुकादमानं पण हेच शब्द वापरले होते. त्याची तिला आठवण झाली अन् नकळत ती आक्रसली.

...जरा वेळानं त्याच्या साखळीशी चाळा करत ती म्हणाली, "तुम्ही म्हनत होताव ना मागं, तू..."

"आं? हां. केव्हाबी..."

"आमाला वाटा देताव? आमी मायंदाळ कष्ट करू..."

"आयला? मग तर लईच झकास की! पर तुमचा शीझन संपला की पळणार गावाकडं?"

'ते तं सांगतीव नाऽ आमच्या धंद्यात काय राम न्हावऽ सारखं कर्जन् पानी या चिखलातनं जल्माच्या कर्माला कशाला आमी भाहीर येतावऽ हिकूडच तुमच्यासारख्यानी

आधार दिला तं जगावा म्हनती...''

''जरूरऽ काय तुमच्याच्यानं होईल एवढा वाटा देतो की! आमचा अन्ना काय रानात लक्ष घालत नाहीत. माझ्याकडंच हाय सगळं! सीझन संपला की बेलाशक याऽ बरं झालं, उलट...जवळच्या जवळ...आं?''

''मंग तर लई जपून वागावा लागल नंऽ आमच्या मालकाला तं कळू देता उपेगी न्हावऽ उपेगी न्हावऽ''

''ते काय सांगाय् पायजे? तशी बिनधास ऱ्हा तू...''

''आन त्या मुडद्याची, मुकादमाची जर काही उचलगिचल भागवायची पाळी आलाव ना तर तेव्हढं जरा मदत लागतावऽ''

'ते बघू...च्यायला सारी मुकादम आन कंत्राटदार आपल्या हातात हायती. त्यो काय करतोय् आं? आमच्या शिंदे साहेबाला सांगितलं की मनान ऐकलं त्यो! त्याला ऱ्हायचंय का न्हाय, का धंदा बंद करायचाय्-त्याची नकू काळजी करू. मातूर या शीझन संपल्यावर न्हायतर जाल गेल्या वेळेसारखं अमनधपक्या रात्रीत गाशा गुंडाळून... म्हंजी मी हिकडं ठेवतू तुमच्यासाठी रानऽ तुम्ही लागा रस्त्याला राशिनपर्यंत...म्हंजी झालंऽ''

ती हसली. ''तसं कधीच हुणार नायऽ सांग्तीऽ ना मी.'' ती निघाली. वेळ बराच गेला होता. मल्हारीची भीती होती. झालंच तर कुणी पाह्यलं तर पंचाईतच!

ती तरातरा कोपीवर आली. कुणाला कुठे गेलती विचारायला सवड नव्हती. जो तो आपापल्या कामात गर्क होताच. गाडीवाले काट्यावर होते. बायका उद्याच्या भाकरी थापण्यात, जेवणखाण उरकण्यात, भांडीकुंडी घासण्यात दंग होत्या. तीही कोपीत शिरून खुडबूड करू लागली. जराशी निश्चिंत झाली; पण कसं काय जमेल ही काळजी होतीच.

यंदा दोघंही झटून काम करीत होते. खर्च कमी होताच; पण तसंच चटणीबरोबर, मिरच्याच्या ठेच्याबरोबर भाकरी खात होते. दुकानची बाकी वाढून देत नव्हते. बैलांची पेंड मात्र आणावीच लागत होती. वाढे विकून आलेले पैसे सुर्वंताच स्वतः घेऊन साठवत होती. वेळ पडलीच तर झोपडी उभी करायला महिना पंधरा दिवस दाणगिण पुढे लागतील ना, असा नेहमी पुढचा विचार तिच्या मनी येत असे. ती त्या एकाच विचारानं भारावून जाऊन काम करीत होती. मल्हारीलाही तिनं जवळजवळ तयार केलं होतं. सीझन संपता संपता कारभाऱ्याला बोलवून घ्यायचं, सगळा हिशेब मुकादमाकडून त्याला द्यायचा, गाडी घेऊन जा म्हणायचंऽ नाहीच आमचं जमलं हिथं तर पुन्हाच्या सीझनला गाडी आण नुस्ती तू, आम्ही आहोतच. पुन्हा चरकाला लागू. समजा चांगलं झालंऽ चार पैसे मिळाले, ठीक चाललं तर बरंच. तुझी बैलं, तुझी गाडी तुला लखलाभ. तिकडील बाजरी, मटकीवर पोट भर न्हायतर कारखान्यावर

गाडी आण. आम्हाला हे कष्ट पण नकोत, अन् ती बिलं पण नकोत. असं सगळं ठरत आलं होतं. मल्हारीलाही पटलं होतं. इकडच्या जमिनी बक्कळ उत्पन्न देत होत्या. एकरात तीन-चार हजाराचा कापूस होत होता. पाचव्या वाट्यानं म्हणलं तरी दिवाळीला त्याला पाचसहाशे तरी मिळायला हरकत नव्हती. मका, खपली एकरी वीस वीस पोती उत्पन्न होत होती. म्हणजे आपल्या वाटणीला चारपाच पोती, खुरपण बिरपण घरच्याघरी उरकलं तर बरंच, आपल्याला कष्टाचं काहीच वाटणार नाही. अन् असं काय ह्याच्यापेक्षा कष्ट असून असणार आहेत? ह्यात नुस्ता भुगा पडतोय! ऊस तोडायचा, मोळ्या वाहून गाडी भरायची, काट्यावर ताटकळायचं, वजन झालं की पुन्हा गवाणीत आपणच रिचबायची. मानगूट व खांदे नुस्ते घट्टे पडून गेलेतऽ

टूकीनं संसार केला तर आपल्याला शेरडी पाळता येईल. दुधाच्या दूध, तिची बोकडं- ह्या भागात बोकडालासुद्धा चांगली किंमत येतीय्. सुर्वंता हौशी आहे, चार तलंग्या आणून दिल्या तर आपल्याला खायला घालूनही बाजारात अंडी नेईल. असा पैसा उभा करायचाच म्हटल्यावर काय... गाडी नंबराला लागली की आजकाल हेच विचार त्याच्या मनात चालत अन् ह्या बारमाही हिरव्यागार असलेल्या भागातनं हलू नये असं त्याला पण वाटे. समोरच शाळेची भव्य इमारत होती. बाजूला पटांगण होतं. टापटिपीचे कपडे घातलेली मुलं शाळेत जाताना दिसत. पटांगणावर खेळताना दिसत, शाळा सुटली की पळत, धावत, शिट्ट्या वाजवत, एकमेकावर पट्ट्या उगारत, गाडीतनं ऊस ओढण्याची धडपड करणारी मुलं तो पाहत असे. त्यांच्या चेहऱ्यावरचा आनंद तो टिपत असे अन् त्याला वाटत असे की आपणही हिथं कुठं राहिलो तर आपला पण पोरगा शाळेत जाईल. आपण कसंही राहून, खपून त्याला भरपूर शिकवू, खूप मोठं करू... ती म्हणतीय ते खरंच आहे. यातनं सुटलो नाहीतर आपल्या तरी पोराबाळांना कुठलं शिक्षण अन् कायऽ ती पण अशीच गाडीवर वाढं सवळायला, जनावरं, कोप राखायला म्हणून यायची अन् मोठी झाली की ऊस तोडायलाऽ म्हणजे संपलाच आकार...

सीझन संपत आला तसं सुर्वंतानं त्याच्या मागं टुमणं लावलं, एखाद्या बागायतदाराला भेटू म्हनावा असं म्हणू लागली. अखेर क्लिनिंगची सुट्टी होती. तोड बंद होती. माणसं कापडं धू, बैल धू, कुठे गाडीची डागडुजी कर असं काहीतरी करीत होती. गेल्या साली आल्यावर दोघं रामाच्या देवळातनं बघताना जो बंगला दिसला होता तिकडंच सुर्वंतानं बळंच नेलं त्याला! तो काऽ कू करत होता. उगंच बिनओळखीचं जाऊन विचारायचं कसं? बरं, तो मोठ्या पुढाऱ्याचा बंगला आहे हे त्याला उडतउडत ऐकायला मिळालं होतं. उगंच मोठ्या घरी जाऊन, अपमान कशाला घ्या करून, असं त्याला वाटत होतं. उलट सुर्वंताचं म्हणणं, चार ठिकाणी

गेलं पाहिजे, बोललं पाहिजे, बोलणाऱ्याच्या अंबाड्या इकतेत, न बोलणाऱ्याचे गहू पण खपत नाहीत, जास्तीतजास्त काय होईलऽ नाही वाटा द्यायचा म्हणेल, बांधून तर ठेवणार नाही, तिला असं बोलताना पाहून त्यानं धीर केला होता. दोघं कॅनाल ओलांडून बंगल्याच्या आवारात शिरले.

बंगल्याच्या भोवतीनं फुलांची झाडं होती. बदामाची होती, सुरूची होती.

बोगनवेल बंगल्यावर चढली होती अन् तिची लाल फुलं निळ्या रंगावर मोठी खुलून दिसत होती. बागेत काम करणारा माळी दोघांना बघून पुढे धावत आला अन् खेकसून म्हणाला,

"ऐ नगरी भौ, कुठे निघाला ताडताडऽ काय काम आसलं तर तकडं कारखान्याच्या हपीसातल्या सायेबांना भेटायचं, हिकडं कुठं?"

"आमचं ह्या मालकाशीच काम हावऽ भौऽ खासगी..."

"म्हंजी कारखान्याचं, तोडणीबिडणीचं न्हाय?"

"अंहां ते न्हावऽ धाकले मालक भेटत् का न्हाव?" तिनं विचारलं.'

"बघतू, थांबा हिथंच..."

तो आत गेला. दोघं निरनिराळी झाडं पाहत घाबरल्यासारखी उभी राहिली. जरा वेळानं माळी बाहेर आला.

"येत्यात आता भाहीर. थांबा हिथंच." तो पाण्याचा पाईप दुसऱ्या एका झाडाच्या आळ्यात सोडत म्हणाला. ते थांबले. बंगला न्याहाळीत. जरा वेळानं बनियनवरच तेजराम बाहेर आला. साखळी छातीवर रुळत होती. डोक्याचे केस भलतेच वाढले होते. चेहरा गलेलठ्ठ दिसत होता. तिला पहाताच त्याच्या चेहऱ्यावर ओळखीचं हसू उमटण्याच्या बेतात होतं; पण तिच्या शेजारच्या गड्याकडं नजर जाताच तो सावरला. चेहऱ्यावर अलिप्तपणा, कोरडेपणा आणत तो म्हणाला,

"काय नगरी भौऽ काय तोडणीची तक्रार असंल तर कारखान्यावर हपीसातऽ हिकडं काय? आं?' काडीनं दात कोरत त्यानं विचारलं.

पुढं होत मल्हारी म्हणाला, "रामरामऽ मालक, कारखान्याची तक्रार कश्शाला निघ्तीऽ समद तं शिस्तीनं हाव ना मालक- आमी आलताव दुसऱ्याच कामाइकी."

"काय काम? आन माझ्याकडं?"

"तुमच्याकडंच हावऽ आपला एवढा बारदाना हावऽ आमच्यासारख्या गरिबाला काय वाटाबिटा दिला तं ऱ्हावाव म्हनुतोऽ"

"आन सीझन संपल्यावर गावाकडं न्हाय जायाचं?"

"तेच तं म्हणीतावऽ हिथंच कोपाट घालतावऽ आपलं काय बी काम करू म्हन आम्ही दोघंऽ वाटा, मोलमजुरी काय बी."

'आरं पर परवडंल का? आं? पयला इचार करा. आमच्याकडं काय मस काम

हाय. ऱ्हायला ह्या माणसांच्या संगतीनं तर आमच्या बापाचं काय जातय्; पर नीट इचार करा. मागनं कटकटी नकू! काय?''

''समदा इचार केलाव मालकऽ लई वंगाळ धंदा तोडणीचाऽ आन काय पडतबी न्हावऽ समदी उचल आन बोजाऽ म्होरचा काय इचार करावा का नगो?''

''ते बघा तुम्हीऽ अगोदर बोललेलं बरं! पाचवा वाटा मिळंल. आम्ही म्हणू तेवढी खुरपाण, पाणी देणं, पळाटीचा असला तर औषध मारणं, मिक्चर टाकायचं, सगळी कामं करावी लागत्याल, गवात लई झालं तर बाया लावून काढून घ्यावाव लागंल. उचल मिळंल... पर... का की अगोदर बोललेलं बरं. मागनं कटकटी नकूत. आन आधनमधन सोडला तर माझ्यासारखा वाईट ऱ्हायी, सांगून ठिवतू. कुठे असचील तिथनं शोधून काढू, आन मग...''

त्याच्या जरबेच्या बोलण्यानं तो मनी दचकला; पण सुर्वंता त्याच्या ऐटीकडे पाहतच राहिली. तेजरामनं नाटक तर झकास वठवलं असं तिला वाटलं होतं. बाहेर आला त्यावेळी उगीच तिला भीती वाटत होती. पट्कन त्यानं वळख दिली तर काय करा...

''आसं कसं हुईल मालकऽ आम्ही तं गरीब. मुलूख कराय आलावऽ चुकून हुणार नायऽ पर मंग...''

''शीझन संपला की या हिकडंच! आन तुमची गाडी, बैल? का तीबी हिथंच ऱ्हाणार हायती?'' गाडी,बैलं राहिली तर तेजरामला बरंच होतं. सगळंच साडगं वापरायला मिळणार होतं थोडक्यात.

''ते तं बघू आमी. कारभारी हाव ना गावाकडंऽ त्याचा इचार कसा हुईल तसंऽ पर आम्ही त कायम हिथ्च ऱ्हाणार हावऽ''

''मला अगूदर सूचना करा म्हंजी झालं! म्हंजी पळाटी, दोनचार एकर मका काही असं तुमच्या वाटणीला ठिवायला बरं! कोपबीप घाला समोर...''

''बराय. येताव आमी. रामरामऽ'' त्यानं हात जोडले. तेजरामनं नुसती मान हलवली अन् तो बंगल्यात गायब झाला.

दोघं काही न बोलता फाटा ओलांडून रस्त्यावर आली.

''आजचा दीस चांगलाच म्हनावाऽ खडा टाकला तं बराबर बसलावऽ'' तो म्हणाला.

नेम लागणार याची तिला खात्री होतीच; पण वरकरणी तसं भासवून कसं चालेल तिला, म्हणताना तिनंही तसंच म्हटलं. तिला तसं काहीतरी म्हणावंच लागलं.

''तुम्हाला आठवतावऽ आपुन मागल्या वरीसाला आलू तं रामाच्या देवळात गेलू हुतावऽ आं?'' तिनं विचारलं.

'तं-न आठवाय काय झालावऽ? तुला मी तं पुशीलं होतंऽ देवाला काय मागितलावऽ गोऱ्हा की कालवड-''

''मला न्हाय माहीत जावाऽ'' तिनं लाजून मुरका मारीत म्हटलं.

''ते न्हावऽ म्याच इचारलं हुतावऽ समोरचा बंगला कुणाचा म्हून?''

''हां हां-बराबरऽ''

''त्याच बंगल्याच्या मालकानं वाटा दिलावऽ हे म्हन्ती मी...''

दोघं कोपीवर आले. गाडीवान गप्पा मारत दुकानापुढे बसले होते. बायका गवऱ्या थापत होत्या. कुणी सरपणाची व्यवस्था बघत होतं. कायनाकाय तरी काम मागं होतंच. ती कोपीत शिरली. पीठ आहे का बघितलं अन् दळणाचा डबा घेऊन गिरणीकडे निघाली. मल्हारीनं बैलांपुढं वाड्याचा भेळा टाकला अन् दुकानाकडं वळला.

मुकादमानं ट्रॅन्झिस्टर लावला होता. तंबाखूच्या पुडीला, गोळ्याला, ज्युलीला कशाला ना कशाला लहान पोरं येत होती. शेंबूड वर ओढत, केसाच्या झिंज्या हातानं मागं सारत, गोळ्याबिळ्या घेतल्या की तोंडात कोंबत जात होती. सदरा म्हणा गवण म्हणा चघळून, धुळीनं मळूनमळून मूळचा रंग गायब झालेला, मिचकूट झालेला. समोरच्या पटांगणात गाडीवान बसलेले. त्यांचीही कापडं मळलेली, कुणाच्या कोपऱ्या फाटलेल्या, कुणाच्या धोतराला गाठी मारलेल्या, एकाच बिडीचे सारी झुरका घेत असलेली, गावाकडच्या, फडाच्या, बैलांच्या, वजनाच्या गप्पा, दुसरं काय? तो तिथं जाऊन बसला खरा; पण त्याचं मन आता त्यांच्यात रमत नव्हतं, त्यात रस वाटत नव्हता. पूर्वी उसाच्या, फडाच्या, वजनाच्या गप्पा निघाल्या की तो चेकाळून उठे. आपला खिलाऱ्या कशातन बी गाडी वढंल, हां, हाव कुणाची पैनऽ असं म्हणेऽ पण आज त्याला एकाएकी हे सगळं निरर्थक वाटू लागलं होतं. मळकी शरीरं, मळकी कापडं, शेणामुताचा वास, कळकटलेल्या बायका अन् शेंबूड मनगटानं फुर्र करीत पुसणारी पोरं...तो ह्या सगळ्यापासन दूर गेला होता मनानं. स्वच्छ सारवलेलं कोपट दिसत होतं, अंगणापुढंही सारवलेलं. लख्ख भांडी, कोपीच्या कडेला गार पाण्याची घागर अन् टूकीचा संसार... एका हातात दप्तराची पिशवी अन् दुसऱ्या हातात घसरती चड्डी वर ओढत जाणारी एवढीशी पोरं... तो कोंडाळ्यात असूनही हरवून गेला होता. अन् नेहमी बडबडणारा मल्हारी थोरवे गप्प गप्प कसा म्हणून बाकीचे नगरी मनी दिलगीर झाले होते.

सतरा

गाड्या ऊस भरून कारखान्यावर निघाल्या होत्या. सुर्वंताही गाडीवर बसली होती. एका हातानं वडणीला धरून दुसऱ्या हातानं ती ऊस खात होती. रस्ता चांगला नव्हता, गाडीला हिसके बसत होते. तोल सावरून बसावं लागत होतं...

हळूच तिनं मल्हारीला विचारलं, "दाजीबास्नी टपाल तं धाडावा."

"आं? टपाल? कश्शाला?"

"कश्शाला! मलाच इचारताव? आव, आता आपलं तं ठरवाय नगोऽ सीझन संपत आलावऽ"

"हां हांऽ मग ते टपाल पाठवायचं तं कोन लिहणार? टेलरच! म्हंजी मुकादमाला बरुबर पत्त्या लागताव!"

"मंग?"

"कोन गेलं वाडीला तं सांगावा देतावऽ दुसरं काय!"

"न्हाय मी काय म्हणतोऽ नुस्तं एक रात येवून जावा एवढंच टपाल देवावाऽ समदं काय कळवायचं म्हण त्यात...आल्याव बोलतावच की!"

"हां ही बरं हावऽ नुस्तं एक रात येऊन जा. आरजींट-असं लिहावा."

त्यानं मग टेलरला सांगून वाडीकडे पत्र पाठवलं. 'हिकडं सगळं ठीक आहे. सीझन संपत आलाय. काम बरं चाललंय, तू इकडं एक रात येऊन जा. पतर न समजता तार समजने, खिलाऱ्याचा खांदा आलता तो आता बरा हाये, मलम लावला. शालनला आसिरवाद, वयनीस नमस्कार, मातर घोटाळा करुने. येऊन जाने. लिहिणाराचा वाचणाऱ्यास नमस्कार. वगैरे वगैरे.' टेलरनं सगळं बैजवार लिहिलय म्हणून सांगितलं. पत्र उलटसुलट करून पाहत मल्हारीने ते पेटीत टाकलं.

आठवडा गेला. काहीच कळलं नाही. उत्तरही आलं नाही. 'तो कसला येताव' मल्हारी म्हणू लागला. सुर्वंताही मनी निराश झाली. आपला डाव फिसकटतोय का काय, अजून तिला धागधुगी होतीच. कारभाऱ्याशी मुकाबला करावा लागणार याची

तिला जाणीव होतीच; पण अर्धा गड सर झाला होता. मल्हारी तिच्या बाजूनं पुरा झाला होता. आता कारभाऱ्याची समजूत घालायला, प्रसंगी भांडून तुकडा पाडण्यासही मल्हारी तयार झाला असता.

ती लगबगीनं कोपीवर आली तर कारभारी येऊन बसलेला. तिनं विळा आत ठेवला. एकीकडे आनंद झालेला तर दुसरीकडं पुढच्या घटनानं उर धपापत असलेला.

"कवाशीक आलाव? शालन बरी हावऽ" ती कोपऱ्यातली घागर घेऊन चोळीची चुंबळ करीत म्हणाली.

"अर्धाक घंटा झालावऽ शालनला काय बरी हावऽ यायचं म्हणत हुतीऽ"

"का न्हाय आणलीवऽ बघितल तं असतं लेकरानं हिक्कडलंऽ दाजीबा तुम्ही भाकरी नसल खाल्ली म्हनावाऽ पानी आनतीवऽ"

ती लगालगा नळावर गेली. पाण्याची घागर भरून घेऊन आली. झटपट आवरून तिनं चूल पेटवली. चारपाच भाकरी भाजल्या, त्याच तव्यात बेसन टाकलं. पाट्यावर चार हिरव्या मिरच्या लसूण टाकून वाटल्या. पितळीत गरम भाकरी मोडून, बेसन वाढून तिनं कारभाऱ्याला हाक मारली.

"भरताव ना चूळ?"

"आं?" खडबडून जागा झाल्यागत कारभारी उठला. आत डोकावत म्हणाला, "येवं दे न मलबालाऽ दोघं संगच जेवू म्हनावाऽ"

"आता काटा कंदी हुतावऽ आन गाडी खाली कधी हुतावऽ त्यास्नी लई टैंब लागंलऽ तुम्ही भुकेजला असाल तंऽ म्हून तं बिगी बिगी भाकरी टाकल्याव नं."

"आसं म्हणती?"

"तं काय! अन मी न्हेतीवच की भाकरी त्यांच्यासाठीऽ न्हायतं आसं करतीऽ मी जाती गाडीपाशी अन् त्यास्नी लावून देतीवऽ बोला बी घटकाभरऽ काटा झालाव की सांगाय येती."

"चालंल..." त्यानं हातपाय धुतले. तांब्या घेऊन तो जेवायला बसला.

त्याचं जेवण झाल्यावर ती लगबगीनं गाडीकडं गेली. गाडी काट्याजवळ आली होती. दोनचारच गाड्या पुढे होत्या. म्हणजे लौकरच रिकामा होणार होता. तिनं त्याला कारभारी आल्याचं सांगितलं. त्याचा चेहरा उजळला. थोडासा काळजीनं काळवंडला. कुणास ठाऊक काय म्हणतोय. आपल्या बेताला संमती दिली तर बरं, नाहीतर त्याचं मन मोडून करावं लागणार. तिच्याकडे बघून मल्हारी विनाकारण हसला.

"भाकरी खाल्ली कारभाऱ्यानं?"

"तंऽ मी जायच्या आधीच येऊन बसलंत दाजीबाऽ म्या मंग चाटशिरी भाकरी

टाकल्यवऽ बळंच जेवाय वाढलावऽ आन सांगितलावऽ मी थांबती गाडीपाशी आन ह्यास्नी लावून देती-''

''शाबास! म्हंजी तू ऱ्हा बगलंलाऽ आन आमच्या दोन भावाचच जुंपू दी शानेऽ''

''न्हाय पर आता कुठंऽ व्हईल ना गाडी खाली लौकरऽ जाती मी. या चाटशिरी-''

ती कोपीवर आली तर कारभारी दुकानाकडे गेला होता. गावाकडचा माणूस आला म्हणताना सगळी त्याच्याभोवती जमली होती. गप्पा रंगल्या होत्या. माणसं ख्यालीखुशाली, हालहवाल विचारीत होती. ती कोपीत जाऊन खुटूखुटू करू लागली. दुकानाकडे जावंसं तिला वाटत नव्हतं.

जरा वेळानं मल्हारी गाडी घेऊन आला. वाढ्याचा भेळा कोपीला लावून ठेवला. वढणी आत आणून ठेवली, कोयतं ठेवलं. बैलं सोडली. मेखला घट्ट बांधली. पेंड घमेल्यात घेऊन दोघांपुढं घमेली ठेवली. हात धुतले अन् हिकडंतिकडं बघत तो सुर्वंताला म्हणाला,

''कुठशीक हाव कारभारी?''

'ये काय तकडंऽ दुकानाम्होरं बसल्यात्...''

तिनं जेवणाची तयारी केली. पितळ्यात वाढून घेतला. कांदा समोर ठेवला.

''भाकरी खावावा म्हटलं.'' ती आतनं बोलली.

''येतूय नव्हू दादाऽ''

''आता! त्यानी त भाकरी खाल्लीत म्हटलं ना...आपन भाकरी खाऊन घिऊऽम्हंजी बोलत बसल् तं घोर न्हावऽ''

''ते बी खरंच हाव! भूक लागलीय कवाशीनऽ''

दोघांनी भाकरी खाल्ल्या. गाडी आलेली बघून कारभारी कोपीकडं आला. जेवणं चाललेली बघून बाहेर बसला.

''काय म्हनीतो मुकादम?'' मल्हारीनं भाकरीचा तुकडा मोडता मोडता विचारलं.

''मुकादम तेपल्या दुकानदारीत दंग हाव! बाकीची होती ना बोलाय.''

''हां, हां, पाटलू असंल...''

''मस समदी...गावाकडून आलं म्हटल्याव येनारच कीऽ''

''बरं हाव वाडीकून?'' मल्हारी

''बरंचऽ काय कमी ना जापाऽ बाजरीची सुमडी त लावून ठिवलीव्. हां त्यो इष्णूदादा खराचलाऽ'

''आं? वारला म्हनीतो इष्णूदा?'' मल्हारीच्या अन् तिच्या हातातला घास तसाच राहिला. ''कवा?''

“झालाव आठ रोजऽ”

नि गेल्यावेळी येताना लांबलचक गोष्ट सांगणारा विष्णूदादा यंदा सीझनला आला नव्हता. गेल्यावर्षीच तो गाडीमागं वाढं सवळायला होता. सुर्वंतासारखंच त्याचं पाऊल ओल्या पाष्टावरनं घसरलं होतं. आपटला होता अन् त्याचा खुबा निखळला होता. त्या वेळेपासून तो आजारीच होता. म्हातारपण अन् खाण्याची आबाळ यानं तो गडाडला तो गडाडलाच. त्यातनं काही उपजारी आला नाही. दोघं हळहळली. “वाईट झालं म्हणाव.”

“वाईट बी आन चांगलं बी म्हनावा,” कारभारी म्हणाला.

“कसं काय ते?”

“न्हाय त काय! पोरगा-सून आलीव हिकडेऽ घरात कोन न्हायऽ म्हाताऱ्याची लई आबाळऽ सुटलाच म्हन.”

त्याची परिस्थिती ऐकून दोघंही चरकली. जिवाला चटका लागला अन् त्यांचा इकडं राहण्याचा बेत आणखीनच पक्का झाला. विष्णूदादानं काय कमी कष्ट केले होते? म्हातारपण झालं तरी येत होताचऽ पण शेवटी त्याला नीट खायला घालायला पण कोणी घरात नव्हतं. पोरगा जाईल आता! तरी मनात रुखरुखच. गाडी पंध्रातीनवार खाड्यावर राहणार म्हणून!

सारी जरा वेळ गप्प बसली. मुकाट्यानं दोघं जेवू लागली. हात धुऊन चूळ भरून मल्हारी धोतराला हात पुसत बाहेर आला. सुर्वंता आत आवराआवर करत राह्यली. कान मात्र बाहेरच होते.

“का रं? काय एवढं आरजिन्ट काढलाव? मला तं काय घोर लागून ऱ्हायलाव होताऽ सुर्वंताला तोडीवरन येताना बघितलाव आन जीव भांड्यात पडलाव. का सुर्वंताला काय झालाव म्हणे, का तू आजारी हाव, का बैल दुखावला, का कश्यात घावला पैक्याबिक्याच्या भाल्गंडीतऽ” कारभारी भडभडून बोलू लागला. मल्हारी त्याच्या मायेनं अस्वस्थ झाला. थोडा वेळ थांबून मोठा श्वास घेत म्हणाला,

“आमी ही धंदा सोडाव म्हणतावऽ” त्याच्या अचानक अशा बोलण्याने तो दचकला.

“आं? धंदा सोडायचाव? आन काय करीताव? नोकरी लागलीव?” तो छद्मीपणानं म्हणाला.

“नोकरी कशी लागंलऽ दादा! आपून शिकलावच् न्हाय तं!”

“मंग? काय धंदा काढताव?” त्याचं असं विचारणं ऐकून मल्हारी चिडला. म्हणाला, “दादाऽ काय तं समजून घ्यावावाऽ आता तू म्हनलाव काय नोकरी बघितलाव काऽ माझ्याआधी तू येत हुताव तोडणीला, माझं शिक्षान राहिलाव त्या एळंला! आसंच हिथं काय तिथं काय म्हनून, आपल्या पोरांचं बी असंच हुनारऽ

कशाच शिक्षण आन्...आता तू इष्णूदादाचं सांगितलावऽ आपल्याबी कपाळी असंच मरान हावऽ आपून म्हातार झालाव, पडलू वाडीत तकडं खितपत, पोरगा, सून मरताव हिकडं फडातऽ''

''मंग तुझा विचार तं काय म्हनावा? बोल तरी!''

''हां, आसं इचार कीऽ ऐकून घे. न्हाय पटलाव तं तुझं म्हन्नं सांगऽ

ऐकतू ना मी. न्हाव म्हटलाव कंदी?'' मल्हारी असं काकुळतीनं म्हणायला लागल्यावर सावरून बसत कारभारी बोलला, '' बरंऽ बोल तं खरं ।''

मग मल्हारीनं त्याला सगळं समजावून सांगितलं. तू फक्त तिकडे बैल बारदाना सांभाळ, आपली शेती कर, उत्पन्न बी खा. तूही तोडणीला येऊ नको. मुकादमाचं काय उचलबिचल राहणार नाही असा धंदा अवंदा केलाय आम्ही. लागलंच तर पैसे पाठवू, मदत करू. चिखलाला पाणी तुटलंय का, तूही तुला सवड झाली तर अडीअडचणीला बाजरीफिजरी दिली तर बरंच वगैरे घोळून सांगितलं. हिकडचा वाटा कसा फायदेशीर आहे. बारमाही दोघांना पण रोजगाराला कसं मरण नाही, ताजा पैसा, शेरडाकरडाचं पैसं, अंड्यांचं पैसं असं टुकीनं केलं तर पोट भागून पोरांची शिक्षण होतील, शालनच्या लग्नाला पण मदत होईल. आपल्यातले मेंढके नुसती जनावरं अन त्याच्यामागचं माणूस जगण्यासाठी नाही का गोदावरीकडच्या गावांकडं पैठणबिठणकडे जात? मग हिथं काय, आपल्याला कष्ट करायचेत, दाम वसूल करायचाय्, इतकं पटवून सांगितलं की आत कोपीत सुर्वंताही चकित झाली. पटवून सांगायचं म्हटलं ती हिथं गुंतलीय, चरकातनं निसटायचं तिच्याच मनानं पक्कं घेतलय्, तरी देखील तिला एवढं जमलं नसतं. त्याचं सगळं पुराण कारभारी डोळे मिटून ऐकत होता. मध्ये एक शब्दही तो बोलला नाही. तो झोपलाबिपला की काय याची शंका येऊन मल्हारीनं मध्येच त्याला विचारलं, ''झ्वाप तं लागली न्हाव दादा?'' तर डोळे उघडून त्यानं ''ऐकतावऽ बोल तू,'' म्हटलं. ''आता काय सांगू आन्हीकऽ'' म्हणत मल्हारी गप झाला. कारभारी काय बोलतोय याची अधीरपणे वाट पाहू लागला. घसा खाकरून मोकळा करून बाजूला थुंकून तो म्हणाला,

''मलबा, तू म्हनताव ती खरं बी हाव आन बरं न्हाव बी.'' त्याच्या अशा बोलण्यानं तो चक्रावला. म्हणजे काय? कारभारीच पुढे बोलू लागला, ''खरं का की हे समदं मला बी मी कामाला येत हुताव तवा समजल नव्हतं का असं वाटताव? पर तुला तं अभिमनूची गोठ माहीत हाव. त्याला त्या चक्रामधी शिरायचं माहीत हुतावऽ भाहीर कसं पडायचं हुतं का म्हातूर? त्यानं केलाव पराकरम, पर काय उपीग झालाव का?''

''तेच नं म्हनीतो मीऽ या चक्रातनं भाहीर पडावा आसंच वाटताव म्हनून तं तुला टपाल धाडलावऽ मला तं वाटत आपल्याला मारुग घावलाव म्हून.''

"खुळा हावस तू! आसं कुठं भाहीर पडता येतावऽ आरं हिथ्थलं वाटतं कुठं सुखाचं हावतऽ हिथ्थलं बागायतदार माजोरीऽ पैक्याचा धूर आलाव त्यांच्या डोळ्यावरतीऽ तुला काय वाटलंऽ आरं मुकादम काय आन ही बागायतदार काय एकाच जातीचं लांडग रं..."

"आसं कसं दादा म्हनीतोऽ हिथं तं हिसाब पष्टच हावऽ काय जी हुईल ती वाटून देताव ना मालकऽ दररोजचा रोजगार तं हावच ना रोख?"

"रोजचं सोड; पर वाट्याचा माल काय सगळा पदरात पडीतो म्हनतूस? आरं त्यातनं त्यांची उचल ऱ्हातीवऽ ती बी या मुकादमासारखं सगळा किराणा माल देत्यातीऽ म्हंजी आलंच का ऱ्हाव त्याच वळीलाऽ"

'ऱ्हाय. आसंना का तसंऽ आपुन घेतला पायजेलचऽ असं त ऱ्हावऽ आन, शिक्षाण पोरांचंऽ ते तं हुंदी का नाय?"

"शिक्षान? हां हुईल बाबाऽ पर एक सांगताव मल्हारीऽ थव्यातनं चिमणीचं पिलू बाहेर गेलाव ना त कावळं, ससाणं त्याला मारल्याबिगर ऱ्हाय ऱ्हातावऽ आन एकदा का थव्याच्या बाहीर गेलं ना पाखरू तं थवा बी परत घेत ऱ्हावऽ तवा इचार कर म्हनावा दोघं बीऽ तस तं कोन कुनाचा मालक नसताव की कोन कुनाचा चाकरऽ पर तू धाकला भावऽ माझं काम हाव नीट सांगायीचाऽ" तो बोलला. त्याच्या आवाजात विषण्णपणा, कडवटपणा होता. थोडा वेळ शांतता पसरली. बैलांच्या गळ्यातल्या घुंगरांचा आवाज येऊ लागला. दूर रस्त्यावरती कर्कश हॉर्न वाजवत, जोरात आवाज करत ट्रक रोरावत गेला. तळ तसा शांत झाला होता. सगळीकडे सामसूम होती. कंटाळून आलेले जीव झोपी गेले होते.

सुर्वंता आतून हळूच म्हणाली, "दाजीबाऽ तुम्ही त आमाला बापाच्या ठिकानी. तुमचा इचार घेवावा म्हनून तं बलीवला, आन तुमी असं का बोलीतावऽ?"

"बायेऽ माजं सांगायचं तं सांगून झालावऽ मला काय इचार पसंद ऱ्हावऽ आपलं हाव ही काम सोडूनेऽ नसलं झेपत तं म्होरल्या सालाला आमी येताव दोघंऽ आजून काय आम्ही म्हातारं ऱ्हाय झालावऽ"

"तेच तं! मी काय वाढूळच्यान म्हणीतावऽ तू काय अन् मी काय " मल्हारी कातावून बोलला, "एकच की! आपल्या शिरावरचं ही कर्ज काय हलत ऱ्हाव अशानऽ पोरांचं शिक्षण नकू, काय नकू!"

"आता? आरं कुठं धापाच पोरं साळंला जाणार हावत तं तुला घोर लागलाव? अजून एकाचा बी पत्त्या हाव का!" कारभारी चिडून बोलला. सुर्वंताच्या डोळ्याला टच्कन पाणी आलं. आज ह्या मुडदया मुकादमानं तसं ते केलं नसतं तर माझं बाळ रांगतं झालं असतं. अन् पोरांचं काय बघायचा नकोऽ सीझनला यायचं तर कशी अगोदर बेगमी करतो मग!

"गड्या, मला त काय ह्या धंद्यात राम दिसत न्हाव! आपून करनार न्हाई मला समद यात काय बिंग हाव ते मालूम झालावऽ तुला कवाच पटनार न्हाव पोरांच्या शिक्षणाचंऽ"

"मंगऽ तुमचं तं नक्की ठरलेलं दिसताव! मग मला सांगावा लावायची काय जर्वर हुतीवऽ"

"काय पक्कं ठरल्यालं न्हावऽ मला वाटत हुतं तू बी समजून घेशीलऽ बघू पर काय हुताव काय न्हावऽ सांगितलं ना एक डाव की न्हायच् जमीतोऽ आसं दिसलं तं हावचऽ वाडी हावऽ बैल हावतऽ आन ही कारखाना बीऽ शेणाच्या पवातल्या किड्यागत तथच का वळवळावं म्हनीतो मी!" मल्हारी असं बोलला तसं पटका झाडून घोंगडी घेत कारभारी म्हणाला, "तू काय पाळण्यातलं लहान प्वार हावऽ काय करायचं ते कर बाबा-"

घोंगडी पसरून तो डोक्यावर एक हात आडवा घेऊन डोळे मिटून झोप यायची वाट पाहू लागला. मल्हारीनं ओळखलं दादाला आता यावर काही एक बोलायचं नाहीऽ तो पण मुकाट्यानं उठला, तांब्या घेऊन त्यानं घागरीतलं पाणी घेतलं. घटाघटा प्याला अन् चादर व घोंगडी घेऊन गाडीत झोपायला गेला. सुर्वंतानं चिमणी विझवली अन् आतच लुगड्याच्या धडप्यावर ती आडवी झाली.

ऊस फोडण्याचा, वाफेचा आवाज येत राहिला.

अठरा

पहाटेच लौकर उठून फडात जायचं होतं. सीझन दोनतीन दिवसांवरच आला होता. कारभारी अजून झोपलाच होता. मल्हारी अन् सुर्वंता दोघंही जागी झाली होती. तळ जागा झाला होता. गाडी जुंपण्याचे, बायांचे एकमेकीला हाका मारण्याचे आवाज येत होते. दोघांनी एकमेकांकडे अंधारातच पाहिलं. थंडी सुटली होती. पालवी फुटायची चैत्रातली गार लहरऽ चांदण्या विझत होत्या. शिवाराला जाग येत होती. नळाच्या गजबजीनं कारभाऱ्याला जाग आली. तो उठून बसला. हात लांब करून त्यानं आळस दिला. एक मोठी जांभई दिली. इकडेतिकडे करून हाडं मोडली, 'पांडुरंगा, इठ्ठला' करत डोळे पुसले अन् बाजूला पिंक टाकून उश्याचा सदरा काढून अंगात घातला. तंबाखूची पिशवी काढून आळसावल्या हातानं त्यानं तंबाखू मळली. तो उठलेला पाहून मल्हारीला हायसं वाटलं. नाहीतर त्याला उठवावं लागलं असतं.

''ऱ्हाताव ना आजचा दीस-'' तो बैलांना गाडी गळा लावत म्हणाला. जोतं बैलाच्या गळ्यातनं घेत खिळा लावल्या.

तंबाखूची चिमट तोंडात दाढेला अलगद ठेवत कारभारी म्हणाला, ''ऱ्हाऊन तं काय करू? जातू म्हनऽ पयल्या गाडीनं!''

'आसं काय करीतावऽ -'' सुर्वंता मध्येच म्हणाली अन् गप्प झाली. मल्हारी पुढे बोलला,

''दादा, सीझन तं आता दोन-तीन रोजाव आलावऽ माझं म्हन्नाऽ हिसाब करूऽ मुकादमाचं काय येनदेन ऱ्हाताव! आं? आन गाडी बैल घिऊन जाऽ''

''म्हंजी आता तुमी हिकडच्या हिकडच ऱ्हाताव? आन मी गाडी घिऊन जाऊ?'' त्याचा आवाज ओला झालाय असं मल्हारीला क्षणभर वाटलं.

''तंऽ मंग पुनींदा माघारी येवावा म्हनीतो? अन्यासा आलाव तू तं ऱ्हा चार रोज आन गाडीच घिवून जा म्हन. म्हंजी आम्हाला बी हिथं कोपाटा घालावाऽ काय वाट्याची सरीफिरी तोडावं लागंल ते तं बघता येयलऽ''

कारभारी जरा वेळ काहीच बोलला नाही. पिचकारी टाकत तो म्हणाला, "म्हंजी तुमचं पाक कायम ठरलं हिथं राह्याचं? आर मंग तुझ्या वैनीला काय सांगू मी. अशी मोकळी गाडी नेल्यावऽ"

तळावरच्या गाड्या चालू लागल्या होत्या. एकमेकांना हाकार चालू होता-काही वाटेला लागल्या होत्या. गाडीत चढून कासरा हातात घेत तो निर्वाणीचं बोलला, "आरं काय भांडानगिडान काढून आम्ही ऱ्हाताव हिऽकडं?"

"इथ्थलंऽ सुईला लागलाव की दोघं बी येऊ की आमी चार रोज. तू आता ऱ्हाऽ भाकरी हावऽ" त्यानं बैलांना इशारा केला अन् सुर्वंता गाडीत चढली. कारभारी गाडीकडं बघत राहिला. या खुळाला काय म्हणावं याचा विचार करीत...

सीझन संपला. मुकादमाचं जेवण झालं. तळ उठला. त्याच्या अधी कारभाऱ्याला घेऊन मल्हारी निळ्या बंगल्यावर जाऊन आला होता. मालकाच्या मुलाची अन् त्याची गाठ घालून बोलण झालं होतं. परतताना कारभारी तरीपण म्हणाला होताच "सांबाळून बाबाऽ ह्या मोठ्यांच्या नादाला खरं तं लागूनेऽ"

"त्यास्नी काय आपून मागनारऽ आपलं कस्ट करायचावऽ"

मुकादमाकडन, बाकीच्या गाडीवानाकडन मल्हारीला समजावयाचा कारभाऱ्यानं दोन-तीन दिवस प्रयत्न केला होता; पण काही जमलं नव्हतं. दोघांचा बेत कायम होता म्हणताना तो बंगल्यावर आला होता. तेजरामलाही त्यानं काळजीनं सांगितलं होतं. लांबच्या मुलखातली हावतऽ ध्यान असू द्याव वगैरे.

...गाड्या हलल्या. जड मनानं कारभारी गाडी घेऊन तांड्याबरोबर गेला. जमा केलेल्या शेवऱ्या मल्हारीनं अगोदरच बंगल्यापुढल्या जागेत आणून टाकल्या होत्या. काथ्या आणला अन् दोघं कोपट उभं करायच्या नादाला लागले. मालकानं खपलीच्या काडाचे बिंडे दिले होते. चांगलं शेकरून घेतलं. बांधाट्या बांधल्या, कुड घेतला, आतली जमीन मुरुमाच्या पाट्या आणून ठोकून घेतली. शेणाने सारवून घेतली. दाराशी दामुके बसवले. बऱ्यापैकी निवारा झाला. चूल मांडली. संसार उभा राहिला. इकडून तिकडून जाता-येता तेजराम त्यांच्याकडे पाही. किंचितसं हसत असे. बरोबरची पोरं त्यांच्याबरोबर मोठ्यानं गप्पा करत बंगल्यात जात. सकाळी सकाळी प्रोग्रॅम असे. कालच्या कामावरनं आजच काम ठरे. मिक्चरची पोती, औषधं, डस्टर वगैरे खोलीतनं काढून देई. मालक घरी असले तर फेरफटका मारावयाला मळ्यात जात, अन् मग तेजराम वचकून असे. गप्प गप्प हिकडंतिकडं करीत असे. मालक माघारी येत. त्याला काही सूचना करीत. डोळे खाली करून तो हां हां करीत असे. कधी एकदा यातून सुटका होती असे त्याला वाटे. एरवी तो मोकळाढाकळा असे. रुबाब दाखवत असे. मल्हारीला त्यानं कपाशी करायची होती ते रान दाखवलं. सरी सोडली होती. सरी तोडायची होती. लौकर आटपून सरकी

लावून घ्यायची होती.

त्याच्या जोडीला दोन माणसं अजून दिली. मल्हारीला सरी तोडायची, दंड ओढायचे, नाकी तोडायची काही माहिती नव्हती. त्याच्या नगरी बोलण्याला हसत हसत जोडीदारांनी त्याला शिकवलं.

कामाचा रगाडा चालू झाला. सरकी लावून झाली, पाणी देऊन झाले. नव्या कामाला ती दोघं हळूहळू सरावली. संध्याकाळचं झोपडीच्या दारात बसू लागली. आणलेली बाजरी होतीच. वाढं विकून ठेवलेले पैसे अजून थोडे होतेच. त्यानंच त्यांची मीठ-भाकरी भागत होती. सुर्वंता दररोज कामाला जाई. मालकांचे काम दररोज असेच.

चांगलं कडूसं पडलं की मधूनमधून परसाकडे जायचं म्हणून बाहेर पडे. आताशी तिला तारेवरची कसरत करावी लागे. जवळ येऊन ऱ्हायल्यानं तेजराम चेकाळल्यागत झाला होता. कधीही खुणा करी. त्याच्या कचाट्यात आल्यानं तो निर्भय झाला होता. त्याला कशाचीही पर्वा नव्हती. त्याला नव्हती हे ठीक होतं; पण सुर्वंताची स्थिती चत्मकारिक झाली होती. मल्हारीला यातलं काही कळता उपयोगाचे नव्हते. तो जेवढा शांत होता तितकाच तो असल्या प्रकाराने पेटून उठेल यात तिला शंका नव्हती. अन् मग उठलेल्या वणव्यातनं काय होईल याची कल्पनाच करता येत नसे. त्या नुसत्या कल्पनेनंच तिचा ऊर धपापे. तरीपण तेजरामच्या उपकाराचं ओझं होतंच. त्यानं तिचं ऐकलं होतं. मदत केली होती, करणार होता, अन् नकळत ओढही वाटत होती.

निवांतपणा लाभत असल्यानं ती सुधारली होती. केस न्हायल्याने स्वच्छ मऊसूत झाले होते. नेसूचं, नेहमी काष्टा घालायचा सोडून देऊन ती गोल पातळ नेसू लागली होती. पूर्वी चारचार दिवस अंघोळ मिळत नसे. आता ती तांबडं फुटायच्या वेळी उठे. बाहेर जाऊन येई, चूल पेटवी. पाणी तापवायला ठेवी. पाणी तापलं की मिश्री लावत मल्हारी दगडावर बसे, अंघोळ करी. ती पण चट्कन अंघोळ उरकून घेई. चुलीवर चहा ठेवी. बाजारातनं तिनं एक चांगलीशी कपबशी आणली होती. समोरच्या गंगारामच्या शेरडीच्या दुधातलं एक कप दूध दररोज ती घेत असत. चहा झाल्यावर स्वैपाकाला लागे. नऊ वाजायच्या टायमाला भाकरी खाऊन तो कामावर जाई. तीही आटपून धुणं घेऊन, धुणं पिळून येई. वाळत टाकी अन् खुरपायला जाई. जवळच सगळं रान होतं. दुपारच्या सुटीत कोपीवर जेवायला येई. मल्हारी पण येई. दोघं जेवत, बोलत पुन्हा कामाला जात. एकूण बरं चाललं होतं. धुगधुग, रुखरुख तेव्हढी तेजरामचीच होती. तेव्हढं तिला कसंतरी वाटे, नकोसंही वाटे अन् त्यानं नवीन नवीन तऱ्हा केल्या की हवासाही वाटे. घराकडे पत्र पाठवून सगळं ठीक चालल्याचं त्यानी कळवलं होतं.

उन्हाळा संपत आला. पळाटी बरीच वाढली होती. औषध मारणं, खुरपणं, मिक्चर बुडाला नीट बांगडी पद्धतीनं टाकणं सगळं ती शिकली होती. पळाटी बरी होती. पाती लागली होती. काळी ढोण फपकारलेली झाडं. सध्या तरी बरं दिसत होतं पीक. खुरपायची उचल झाली होती. थोडी ज्वारीपण आणली होतीच; तेजरामकडून.

पावसाळा सुरू झाला. मृगाचा पाऊस झाला नाही. ऊन तसंच तावत राहिलं. फुफाटा उडत राहिला. ओढे, वघळी, चाऱ्या आटून गेल्या होत्या, रखरखीत वाटत होतं. जनावरं ओढ्याच्या कडेला भिरीभिरी फिरत. मोळवणावर तुटून पडत, परत तोंड वर करत.

पाऊस नव्हता पडला तरी कॅनालच्या पाण्यावर तेजरामनं हायब्रीड ज्वारीचं बी सरीला लावून घेतलं होतं. सगळ्यांपेक्षा दोन एकराचा वाटा मल्हारीला जास्त दिला होता. काल नाही वस्तीला आला तर मालकाच्या मेहरबानीत कसा गेला, आपण हिथं जन्मभर राबतोय् तर आपल्याला एक एकरही जादा वाटा मिळत नाही, उचल फिटत नाही! नाही म्हटलं तरी कुजबूज सुरू झाली होती. सुर्वंताच्या उजळ रंगाकडे, पुष्ट देहाकडं अन् मोहक चेहऱ्याकडे पाहून गडी तंबाखू चोळत अन् एकमेकांच्या हातावर टाळी देत. त्यांना तेजरामचा स्वभाव माहीत होता. नवनवीन पाखरं टिपण्याचं त्याचं वेड त्यांना माहीत नव्हतं असं थोडंच होतें? गडीमाणसं अचकट विचकट बोलत; पण बायकाही निराळ्या नजरेनं तिच्याकडे बघत. खुरपत असताना वेढा करायला म्हणून जरी तेजराम आला तरी आपआपसात खुणवाखुणवी होई. पूर्वीपेक्षा तेजराम जास्त घोटाळत राही. काही शब्द बोले. त्यातनं भलताच अर्थ निघण्यासारखा असे अन् काही कारण नसताना सुर्वंता लाजून गोरीमोरी होई. अशा गोष्टी जास्त दिवस लपून राहत नाहीत. बायका पुढंपुढं तिची उघड टिंगल करू लागल्या होत्या. पहिल्यांदा ती चिडे. त्यामुळे त्यांना जास्तच चेव येई. अन् ती भीतीनं अर्धमेली होई. नवऱ्याच्या भीतीनं तिच्या काळजात धडकी भरे. एका व्यापातून सुटलो अन् दुसऱ्या काचात अडकलो असं तिला वाट्न जाई. मल्हारीवर जास्तीत जास्त माया करी. मध्यरात्री त्याच्या अगदी कुशीत शिरे. दूर कुठंतरी पिंगळा किलबिल करे, घुबडाचा आवाज येई, क्वचित टिटवी ओरडत जाई न् त्याला घट्ट मिठी घालून विचारी, "मला तं सोडून जाणार न्हाव नंऽ" त्याला आश्चर्य वाटे. तिच्याभोवतीचा विळखा घट्ट करून गुदमरवून टाकत तो तिला म्हणे, "अैयजीऽ आसं का बोलतीऽ तुझ्या म्हणण्यापायी तो धंदा सोडलावऽ हिक्कड आलावऽ आं?" ती निश्चिंत होई; पण काळीज लुटूलुटू करीत राही.

शंभरेक रुपये जमले तशी ती मल्हारीला म्हणाली, "मालकास्नी शंभरेक मागून बघा, म्हंजी या आईतवारी एखादी शेरडी बघू म्हनावाऽ"

"देताव का कुणास ठाव! अगूदर तं खुरपानाची ह्याची मस उचल झालीवऽ"

"आता कापसाचा पैसा व्हईल नंऽ झालंच तं हाब्रीड बरं हाव..."

"बघतूऽ"

तेजरामन शंभर दिले होते. तो खुशीत घरी आला. रविवारी जाऊ म्हणू लागला. तेजराम पैसे देईल याची खात्री होतीच तिला. मागंच तिनं शेरडीचा विषय काढला होता तर तो म्हणाला होता, "आयला शिपुरड कश्याला घेतीयास? आमच्या जर्सीची एक कालवडच देतु. सांबाळ चांगली."

ती नको नको म्हणाली. अगोदरच बायकांनी बोलून तिला वैताग आणला होता. मग असली भारी कालवड कोपीपुढं बांधल्यावर त काय बघायच नको.

दोघांनी बाजारात जाऊन बऱ्यापैकी शेरडी आणली. आता तिला एक काम झालं. बरोबर शेरडी न्हेयची, खुरपणा मागच गवत टाकायचं, संध्याकाळचं शेरडीचा पालापाचोळा आणायचा. सकाळचं शेरडीच्या खालचं झाडून काढायचं. लेंड्या गोळा करायच्या.

तेजरामचा धीटपणा वाढला होता अन् ती मनोमन हबकून जात होती. मल्हारीला भीत होती. चांगली विश्रांती मिळून पूर्वीपेक्षा कष्ट कमी, खायला भरपूर तरी ती ह्या काळजीनं खराब होत चालली. मल्हारी कामात गुंग होता. रमला होता. हळूहळू हिकडच्या कामाला सरावत होता. कधीमधी मजुरांच्या बरोबर चिलीमही ओढत होता. सुर्वंताला याची काही कल्पनाच नव्हती. ती कामाच्या अन् या काळजीनं झुरत होती.

गंगाराम, शिवा, अन् पांडा–बाजूच्या झोपडीतले त्याच्यासारखेच वाटेकरी, मजूर- ते तिघंचौघं कधी पैसा हातात आला की भट्टीवर जात, कप दोन कप टाकून येतऽ बडबडत बसत. कधी मटन, सुकट बोंबील आणत. तो वास साऱ्या कोपटात दरवळेऽ कोपटातनं बडबड ऐकू येई. क्वचित एखादा बायकोला बडवून काढी. ती ठोठो बोंबले. पोरंसोरं किंचाळून बाहेर येत. आरडाओरडा होई. माणसं जमा होत. शांत केलं जाई. एखाद्या वेळेला जास्तच कालवा झाला तर तेजराम बाहेर येई. त्याचा चेहरा उग्र होई. डोळे लाल होत. नुसत्या त्याच्या येण्यानं कालवा शांत होई. एखादे वेळेस गडी जास्तच प्यालेला असेल, तर तो बडबडत राही. मग तेजराम त्याला चाबकाने फोडून काढी. तसा दरारा त्यानं बसवला होता. गडी दारूबिरू पेत पण असं चोरून, भिऊनऽ नकळत.

मल्हारीची तिला काळजी वाटे, भीती वाटे. तो असं काही दारूबिरू प्यायला लागला तर... आपलं काही समजलं तर... आपण विस्तवाशी खेळ खेळत आहो असं तिला वाटे. त्यापेक्षा होतं ते बरं होतं. सहा महिने हिकडं, सहा महिने तिकडंऽ तेवढाच बदल होता. काम पडत होतं; पण असलं जीवघेणं ओझं शिरावर नव्हतं...

नव्हतं? कसं नव्हतं? मुकादम होताच, तोंड दाबून बुक्क्याचा मार! तिची स्थिती त्याही परिस्थितीत चमत्कारिक झालीच असती, झाली होतीच. म्हणूनच ती बाहेर पडली अन् ह्या वावटळीत अडकली. तिचं निम्मं लक्ष कामात असे तर निम्मं कुठं काही खुट्ट झालं की उरात धडकी भरे.

- हायब्रीड चांगलं आलं. वर्षाची खाण्याची ददात मिटंल एवढं वाट्याला आलं. कापूस वाळवून नीट करून पोत्यात भरणं, पोती ट्रेलरमध्ये टाकणं, केंद्रावर पोत्याबरोबर हजर राहणं, वजन, काटा बघणं, मालकाचा मुकादम बरोबर येई त्यानं सांगितलेलं करणं एवढं सगळं मल्हारीनं उत्साहानं केलं.

कापसाच्या वाट्याचा पैसा आला. खुरपणाची उचल, शेरडीला घेतलेली उचल जाऊन तसं पाहिलं तर थोडेच पैसे हातात आले; पण ती खूश होती. मल्हारीचं म्हणणं होतं आता आपण दिवाळीला वाडीला जाऊन येऊ; पण तिचं म्हणणं की शेरडी कोण सांभाळणार? चार दिवस? अन् शेरडी व्यायला झाली होती. तिला कुठं ठेवून जाणार?

दिवाळी हिथंच झाली. बंगला निरनिराळ्या रंगीत दिव्यानं झगमगत होता, ह्यांच्या खोपटातनही मिणमिणत्या पणत्या तेवत होत्या, किरकोळ फुलबाज्या पेटत होत्या, बंगल्यापुढे मोठमोठे फटाके उडत होते.

एकोणीस

थंडी पडू लागली. कारखान्याचा सीझन चालू झाला होता. वाडीकडची माणसं सीझनला आली होती. बायाबापड्या तिच्या कोपीवर येऊन गेल्या होत्या. गाडीवानही येऊन मल्हारीशी बातचीत करून गेले होते. कारभारी मात्र गाडी घेऊन आला नव्हता. मल्हारीने चौकशी केली होती; पण कारभाऱ्यानं अंग टाकलं होतं. घरचाच कामधंदा बघायचा, त्या कारखान्याचं तोंड बघायचं नाही म्हणाला होता. मल्हारीला एका परीनं हायसंच वाटलं होतं. भावजय, कारभारी हिथं आली असती, कष्टानं मरमर मरताहेत, आपल्याला उगीचच चोरट्यासारखं झालं असतं... झालं ते बरंच असं त्याला वाटत होतं.

ज्वाऱ्या पोटऱ्यात आल्या होत्या. गव्हाची खुरपणी चालली होती. तेजरामनं ज्वारीचा बराच मोठा वाटा मल्हारीला दिला होता. काळझार पीक बसलं होतं. पोटऱ्यावरनच कणीस भलदांडगं पडणार असं वाटत होत. एकसारखं पीक बसलं होतं. बंगल्यापासून जरा लांब ज्वारीचं रान होतं. राखणीच्या वेळेला जरा लौकर उठून जावं लागलं असतं. दोघांची तारांबळ होणार होती. शेरडी व्याली होती. दोन्हीही बोकडंच झाली होती. सुर्वंताचं काळीज सुपाएवढं झालं होतं. आल्यापासून सगळं चांगलंच चाललं होतं. हायब्रीड ज्वारीही बरी वाटणीला आली. कापसाच्या पैशात दिवाळी बरी झाली होती. कानवले, कडबोळी, कापण्या, धपाट्याचे लाडू कधी नाही ती नितराशीनं सण करता आला होता. मल्हारीला चांगलं दोन हंडे गरम पाणी तापवून, तेल लावून, अंगाला डाळीचं पीठ चोळून अंघोळ घातली होती. एरवी त्यांची दिवाळी वाटेतच झाली असती. कुठंतरी माळरानावरऽ जवळच्या गावातनं फटाक्याचे बार निघायचे. सारं गाव उजळून निघायचं- बाण आकाशात सुरसुरायचे अन् नगरी गाडीवान पहाटेचंच कसंतरी अंघोळ्या उरकून पुढची मजल गाठण्याच्या ओढीनं गाड्या जुंपायचे. या वर्षी तो काही घोर नव्हता. सगळं कसं निवांतपणे चाललं होतं. काम चुकलं नव्हतं, खुरपायला जावंच लागलं होतं. मल्हारीही कामाला गेलाच होता. तरीपण दिवाळी, दिवाळी असल्यागत वाटलं होतं. अशा सगळ्या गोष्टींनं तिचं काळीज सुपाएवढं झालं होतं. काळजीची

काजळी धुवून गेली होती अन् झिलाई चढल्यागत झालं होतं ... कुणाचंही चांगलं झालेलं लोकांना बघवतच असं नाही. आसपासची मोलमजुरी करणारी, वाटा करणारी बिथरली होतीच. त्यांना प्रत्येकाला दोनचार पोरंबाळं होती. बाळंतपण, आजारपण, कुणाची लग्नाची कर्ज यातनं त्यांचा संसार उपजारी येत नव्हता. एक वेळ चूल पेटत असे तर दुसऱ्या वेळी वांधं असे. काहीतरी करून रडणाऱ्या पोरांची तोंडं बंद करावी लागत. पाणी पिऊन उपाशीपोटी झोपावं लागे. नाहीतर मालकाची पुन्हा उचल उचलावी लागे. त्यातन अधूनमधून दारूबिरू लागायचीच... सुर्वंता अन् मालकाचं-तेजरामचं काहीतरी लफडं आहे हे सगळ्यांनीच हेरलं होतं. कुणी उसात त्या दोघांना एकत्र पाहिलं असल्याचं बोलत होतं तर कुणी ज्वारीत खसपसलं म्हणून बघितलं तर ही दोघं! असं म्हणत होती.

गंगारामनं मल्हारीला बळेच ओढून नेलं अन् दोघात पावशेर घेतली. नको नको म्हणतानाही मल्हारीला त्यानं दारू घ्यायला लावलीच. गंगारामनं त्याला बरीच मदत केली होती. इकडच्या धंद्यातलं शिकवलं होतं. अडीअडचणीला तो त्याला मदत करत असे. जास्तच आग्रह झाल्यानं मल्हारीला तो मोडवेना. तोंड वेडंवाकडं करत त्यानं कप घशाखाली रिकामा केला. अंबूस, उग्र वासाचं ते पाणी घशाखाली चरचरत गेलं. तोंड धोतरानं पुसत तो उठला. गंगारामनं चार आण्याचे फुटाणे घेतले अन् थोडे त्याला देत दोघं रस्त्याने चालू लागले. रस्त्यावर फाट्यावरचा पूल होता. पुलावर दोघं बसले. संध्याकाळ झाली होती. दिवे लागले होते. कारखान्यावर धुरळा उडाला होता. गाड्या नंबराला लागलेल्या दिसत होत्या. मल्हारीचं मन हल्लक झालं होतं. पोटात डोंब उसळला होता अन् डोक्यात मुंग्या चावायला लागल्या होत्या. शरीर हळूहळू हलकं होतंय, आपण वरच्यावर पोहत आहोत असं वाटत होतं. त्यानं कधी यापूर्वी दारू घेतलीही नव्हती. फुटाणं खात तो गंगारामकडं बघत होता. एका ठिकाणी काहीवेळा दोन गंगाराम दिसत असत. त्याला काहीच झालेलं दिसत नव्हतं. तो सावकाशीनं फुटाण्याचा एक एक दाणा तोंडात टाकत होता. मल्हारीला मात्र काहीतरी वेगळंच जाणवत होतं.

"मलबाऽ काय म्हून सोडलं रं तू हे काम? आं? बरं हुतं की लेकाऽ टन दीड टन माल आणतेत. साधं बील सुटत नसंल पंधरा दिसाला! वाढ विकतेत ते वायलंच! आं? व्हय रं...का हिकडं धडपडलास बाबाऽ"

त्याच्या बोलण्याची मल्हारीला गंमत वाटत होती. काय बोलू अन् काय बोलू नको असं त्याला वाटत होतं. अडखळत, लडबडत तो म्हणू लागला, "काय हाव त्याच्यामंदीऽ गंगारामऽ आरं नुस्तं कष्टऽ खपताव आन मरतावऽ... सगळा जल्म ती उचल फिटण्यातच जातावऽ बाबा, ही लय बरं हावऽ आता माझं काय वाईट झालावऽ सांग, बोल तरीऽ"

गंगाराम पुलाच्या पलीकडच्या भिंतीवर बसला होता. त्याचं बोलणं ऐकून तो उठल. लटपटत झोके खात तो मल्हारीच्या बाजूला आला. बैसत त्याच्या तोंडापुढे तोंड नेत म्हणाला,

“तुझं बरं असणारच बाबा...”

“का? असं का बोलीताव?”

‘आरं बाबा तुझी बायको चांगली हाय.”

मल्हारी सुखावला. त्याची छाती बायकोच्या हुशारीनं, कष्ट करणारी म्हणून केलेल्या स्तुतीनं भरून आली. अगोदरच पिसासारखं तरंगत असलेलं मन थुईथुई नाचू लागलं.

“आयेच तशीऽ तुला सांगू का गंगाबाऽ खरं तं तिनंच मला या चिखलातनं भाहीर काढलावऽ न्हायतं मी ही बैलांची शेपटं मोडत आन ऊस तोडत बसलू असतावऽ”

“बराबर हायऽ” मान कोंबड्यासारखी झुलवत गंगाराम आवाजात छद्मीपणा आणत म्हणाला, “बायको चांगली हाय, देखणी हाय. तुला कश्याला काय कमी पडतय गड्या!”

त्याच्या बोलण्यानं मल्हारी चमकला. एकदम त्याच्याकडे बघत तो म्हणाला,

“काय म्हणताव गंगा...”

“काय म्हणतूऽ खोटं सांगतूय काय? खरंच हाय... बाबा तुला कश्याला काय कमी पडतंय्...’ तुझा मालकाजवळ वशिला, बाबा. देखणी अस्तुरी मिळाल्यावर काय...” तो अडखळत झुलत बोलत होता.

त्याच्या बोलण्यातली खोच अन् अर्थ डोक्यात येताच त्याच्या डोक्यात अंगार पेटला. डोंगराला वणवा लागावा तसं झालं. दारूने अगोदरच हल्लक झालेलं मन पेटून उठलं. उठून दोन्ही हातान गंगारामचे खांदे धरून हलवत तो ओरडला, “तुझं डोकं ताळ्यावं हाये? काय पन कसा बोलीताव? तुला काय वाटलं मलबा गरीब हाव? त्वांड फोडीन असलं काय बडबडला तं तिच्यामायलाऽ” त्याचे पाय लटपटले. सावरत तो त्याच्याकडे रागानं बघत उभा राहिला. त्याचे दोन्ही हात खांद्यावरनं काढून घेत गंगाराम म्हणाला, “आरं माझं एकट्याचं त्वांड फोडशील, जगाचं? आं? सगळ्या वस्तीला म्हातूर हायऽ लेकाऽ मालक माजलाय व्हय तुझं घर भरायला? आं? जरा डोळे उघडून बघ म्हंजी कळंल... आपली बायकू अगुदर ताब्यात ठेवावी अन् मग वर त्वांड करून दुसऱ्याला बोलावं भौऽ” त्याच्या नगरी हेलाची नक्कल करीत गंगाराम बोलला अन् मल्हारी पट्‌दिशी उठला. आता त्याच्या डोक्यात लक्ष दिव्यांचा उजेड लख्‌कन पडल्यासारखा झाला होता. इकडं रहायचा तिचा हट्ट, हिथंच रहायचं, तेजरामचं तिच्याकडं आसुसलेल्या नजरेनं पाहणं, हसणं, तिचं वेळीअवेळी कोपीवरून गायब होणं याचा नवा अर्थ त्याच्या डोक्यात

आला अन् तो पेटून उठला. दारूनं अगोदरच कसंतरी वाटत होतं. हातात कोयता घ्यावा अन् ऊस तोडावेत तसं समोरच्या माणसावर सपासपा चालवावा, भरपूर शिव्या द्याव्यात, सगळ्या जगावर लाथ मारून थुंकावं आपण ह्या दुनियेचा राजाऽ त्यात ही ठिणगी पडली अन् मस्तक सैरभैर झालं. रागानं थरथरतच तो वस्तीकडं आला अन् कोपीत काहीतरी करत असलेल्या सुर्वंताला त्यानं हिसडा देऊन खस्सदिशी बाहेर ओढलं.

"रांड, तिच्याऐला भाड खातीऽ वेसवा." शिव्यांची लखोली वाहात त्यानं कोपीजवळची काठी उपसली अन् गुरासारखी बडवू लागला. कधी मोठ्यानंसुद्धा न बोलणारा नगरी भौ आजच एवढा का संतापलाय, बायकोला का मारतोय् बघायला, तमाशा बघायला माणसांची गर्दी जमली. पोरंठोरं, बाया, बघू लागल्या. बायकांच्या ध्यानात लगेच आलं, 'कळलेलं दिसतंय्. बरी मारतूयऽ काय चांगलं हाय का वागनंऽ'

सुर्वंताच्या ध्यानात लगेच आलं. ज्या कर्माला भीत होती तेच तिच्या पुढं राक्षस होऊन उभं राहिलं होतं. आत कुठंतरी पापाची विलक्षण बोच लागली होतीच. वरनं काठ्या पडत होत्या, लाथा बसत होत्या अन् ती निमूटपणं मार सोसत होती. ती काहीच बोलत नाही हे पाहून त्याला चेव चढत होता अन् बिनदिक्कत तिच्या पापाचा पाढा वाचत तो तिला फोडून काढत होता. सरळमार्गी असलेल्या मल्हारीच्या आयुष्यात हा धक्का त्याला सहन न होणारा होता अन् विश्वास ठेवलेल्या तिच्यासाठी आपला भाऊ, भावजय, घरादाराला लाथ मारणाऱ्या त्या जिवाला ही प्रतारणा असह्य होती. मारानं ती उलथीपालथी झाली. पाठ, बरगड्या सुजून निघाल्या. लाथा बसलेलं अंग भैर झालंऽ हमसत ती तशीच पडून राहिली. आत कुठंतरी, इतका मार लागूनही, अंग ठणकत असूनही तिला बरं वाटत होतं. हे एक दिवस आपल्याला सोसावं लागणार आहे, खरं म्हणजे आपण मरायच्याच लायकीचे आहोत, जे ओझं ती इतके दिवस मनावर वागवीत होती ते ह्या मारानं कमी झाल्यागत वाटत होतं. तिच्या अबोलपणानं अन् खाली मान खुपसून पडण्यानं मल्हारी जास्तच चेकाळला होता अन् बिनहाय तुडवू लागला होता. नवराबायकोच्या भांडणात कशाला मधी पडा म्हणून माणसं लांबनं बघत होती. तिनं असह्यपणे एक किंकाळी फोडली आणि बेशुद्ध झाली. कालवा ऐकून तेजराम धावत आला अन् त्यानं मल्हारीच्या हातातली फाकळलेली काठी घेऊन बाजूला फेकली अन् हाताला धरून बाजूला ढकलत त्याला म्हणाला, "काय खूनबीन करतूस काय लेका?" त्याच्याकडं जळजळीत नजरेनं पाहत मल्हारी म्हणाला, "असलीला काय करायचंय् ठिवून! खून करीन न्हाय तं काय बी करन मपल्या बायकूचं. आं?" त्याला मागं ढकलत तो म्हणाला, "मस शाना आयेसऽ कपभर मूत प्यालायसऽ जा गप्प पडऽ न्हायतर माझ्यासारखा वाईट न्हायऽ"

तो मागं कलमडला; पण रागानं त्याच्याकडं पाहत राहिला. त्याच्या मनात

तेजरामला शिव्या द्यायच्या होत्या. तोंड टाकायचं होतं; पण तेव्हढा धीर झाला नाही. झिंग ओसरत चालली होती. डोकं जड होऊ लागलं होतं. तो तोंडातल्या तोंडात पुटपुटत खाली बसला. आजूबाजूचे पांगले. तेजरामही बंगल्यात गेला. सामसूम झाली.

गार वाऱ्यानं सुर्वंताला शुद्ध आली. सारं अंग ठणकत होतं. कशीतरी धडपडत ती उठून बसली. लुगडं सावरलं. चिंध्या झाल्या होत्या. कशीतरी ती खुरडत कोपीत गेली. मल्हारी कोपीच्या कडेला पसरला होता - भाकरी टोपल्यात तशीच राहिली.

आभाळ स्वच्छ व्हावं, रात्री मोठा पाऊस झाला होता. गडाडणं, कडाडणं, विजा चमकत होत्या. असं खरं वाटू नये तसं झालं. नित्याचे व्यवहार पुढं चालू झाले होते. कुणी कालच्या प्रकारची जाणीवसुद्धा देत नव्हतं. मल्हारीही मुकाट्यानं उरकत होता. कामाला जायची तयारी करत होता. त्याच्या मनात काय चायललंय् याचा अंदाज न येता दुखऱ्या अंगानं ती काम करत होती. चोरट्यासारखी वावरत होती. त्याच्या नजरेला नजर द्यायचं टाळत होती अन् तो आतल्या आत धुमसत होता. काय करवं हे न सुचून अस्वस्थ झाला होता. कालच्या दारूनं त्याचंही डोकं, अंग दुखत होतं अन् खरा प्रकार कळल्यापासून तर डोक्यात हजार घण घातल्यागत होत होतं. त्यानं मुकाट्यानं भाकरी बांधून घेतली अन् न जेवता तो कामाला निघून गेला. सुर्वंतानंही उरकलं अन् भाकरी न खाताच तिनं शेरडी सोडली. गहू खुरपायला गेली. इतक्या दिवशीची कुजबूज उघडी पडल्यानं अन् मल्हारीला कळल्यानं ती हबकली होती, शरमली होती. ह्या आयुष्याचा वीट आला होता. करायला गेलो काय अन् झालं काय? पुढं होणार काय? या चिंतेनं काळीठिक्कर पडली होती.

तेजराम चिडला होता. नगऱ्याने त्याच्या अब्रूचा जाहीर पंचनामा केला होता. दारूच्या नशेत तो काहीही बडबडत होता. जास्त तमाशा नको म्हणूनऽ नाहीतर तेजारामने त्याला काल तिथंच बुटानं बडवून काढलं असतं; पण कसा काय विचार केला अन् त्यानं फक्त सुर्वंताला मारहाणीतनं सोडवलं. बिचारीनं फार मार खाल्ला, आपल्यासाठीऽ आता तो दररोज मारणार, त्याला हे कळलं म्हटल्यावर त्याच्या डोक्यातला भुंगा त्याला गप्प बसू देणार नाही अन् दररोज आपलीही अब्रूची लक्तरं त्यांच्या कोपटावर धुतली जाणार हे बरं नव्हतं. शिवाय ह्या चोरटेपणाचा त्यालाही वैताग आला होता. कित्येकदा सांगून, बजावूनही सुर्वंता ठरलेल्या ठिकाणी येत नसे. आली तरी भ्यालेल्या हरिणीसारखी थरथरत असे. त्याला त्यामुळे वैताग येई. एक डाव वाटे की सरळ तिला उचलावी अन् बंगल्याच्या मागच्या खोलीत आणून ठेवावी. तिच्या केतकीसारख्या शरीराचं त्याला वेडच लागलं होतं. केवड्याच्या वासाने धुंदकुंद होऊन नाग जसा तिथनं हलत नाही तसं त्याला तिच्यापासून दूर होऊ नये असं वाटत असे...एक वेगळ्याच सौंदर्याचा खजाना त्याच्या हाती

गवसला होता. अन् त्याचा मनमुराद उपभोग मात्र त्याला मनमानेल तेव्हा घेता येत नव्हता. त्यात या भडव्याने काल सगळंच उघड करून टाकलं. आता तो हिथं राहणार नाही. कदाचित सुर्वंताला मारूनबिरूनही टाकेल या विचाराने तेजराम हैराण झाला होता. त्याने काहीशा निश्चयाने आपला ओठ चावला अन् गळ्यातली सोन्याची साखळी पिळवटली.

कॅनालची पाण्याची पाळी होती. ज्वारीला पाणी देणं जरुरीच होतं. या पाण्यावर ज्वारी निसवून दाणाच भरला असता. थंडीचे दिवस. थंडीनं भोकर फुटत होतं.

तेजराम संध्याकाळीच कोपीवर येऊन मल्हारीला "आज रात्रीच पाणी येणार आहे. ज्वारीला पाणी धर. सगळं भिजवून काढ," असं सांगून गेला होता. न बोलता मल्हारीनं मुंडी हलवली होती. या दोन दिवसांत मल्हारी सुर्वंताशी बोलला नव्हता. त्याच्या उरात कसलं वादळ उठलंय याची तिला कल्पना होती अन् ती कासावीस होत होती. या भोळ्या जिवाची आपण जीवघेणी फसवणूक केली, याचा तिच्या मनालाही चुरका लागला होता. त्यानं फडाफडा बोलावं, त्या दिवशी सारखं मारावं; पण असा जीवघेणा अबोला, जळजळीत नजरेनं पाहणं नको, तिच्या डोक्याचा विचारानं भुगा झाला होता.

पुढं काय होणार या काळजीनं ती मनातून हबकून गेली होती. सगळ्याचंच तिला भय याटत होतं. तेजराम काहीतरी करेलऽ मल्हारी काय करतोय् काहीच अंदाज येत नव्हता अन् काळीज थाडथाड उडत होतं. हातातनं भांडी निसटत होती...

तेजरामनं पाणी धरायला जायला सांगितलं तसं मल्हारीनं काठी घेतली, घोंगडी घेतली अन् गंगारामला संगती घेऊन तो अंधारात गडप झाला. तिनं वाकळ, चादर तोंडावरून घेतली अन् पदराचा बोळा तोंडात कोंबून ती हमसाहमशी हुंदके देऊ लागली. बराच वेळ तिला कढावर कढ आले अन् तसं रडता रडताच तिचा डोळा लागला. दिवा ढणढणतच होता.

कसल्या तरी खसपसीनं तिला जाग आली तर तेजराम तिच्या अंथरुणात! तिला एकदम उबग आला. तिटकारा वाटला अन् त्याला तिनं बाजूला सारत धडपडत ऊठून बसली. तिला परत झोपवत तो आश्वासक सुरात म्हणाला, "काळजी करू नकूऽ समदं व्यवस्थित हुतंयऽ तुझ्यामाझ्यात आता देवालासुद्धा आडकाठी आणता येणार न्हाय.-' 'ती गप्प गप्पच राहिली. तिचे डोळे रडून रडून मुटक्याएवढे झाले होते. "आता हास बघूऽ" ती आपल्या कर्माला विषण्णपणे हसली अन् त्यानं दिवा फुंकला. ती त्याला मुकाटपणे सामोरी गेली...

-उजाडलं होतं. लांब पावबटरवाल्याची आरोळी येत होती. चिमण्या किलबिलत होत्या. पोंरंटोरं रडत होती. तिला जाग आली. अंग ना अंग ठणकत होतं. केसाचा बुचडा सुटला होता. केस सारखे करून मागं बांधत तिनं पदर सारखा केला. डोळे

चोळत हिकडंतिकडं पाहिलं. मल्हारी रात्रीचा पाणी धरायला गेलेला अजुनी आलेला दिसत नव्हता. थंडीनं काकडायला होत होतं. पदर घट्ट लपेटून घेत तिनं अंथरूण बाजूला सारलं. बाहेरच्या वलणीवर वाकळ टाकली अन् डोळ्याची चिपडं काढत चुलीला पेटत घातलं. चुलीवर चहाचं आधण चढवलं अन् शेरडीची धार काढायला तांब्या घेऊन आली. चहा केला अन् तांब्यात घेऊन त्याच्यावर पेला झाकून घेऊन ती कोपीबाहेर आली. कोपीला झडप लावून ती मल्हारीला चहा घेऊन ज्वारीच्या रानाकडे निघाली. एकाएकी तिच्या मनात त्याच्याविषयीची माया दाटून आली अन् परत तिच्या मनात आपल्याकडून झालेल्या चुकीबद्दलचे दुःखाचे कढ अनावर येऊ लागले. जडावलेल्या पावलानं ती बांधानं जाऊ लागली. थंडीनं अन् गवतावरच्या दहिवरानं तिची पावलं भैर झाली, गारठून गेली. तिनं अंतर काटलं अन् ज्वारीच्या रानापाशी आली. कुठं दिसतोय का ते आसुसलेल्या नजरेनं पाहत राहिली. कुठे जाळ करून शेकत बसलेत का आत शिरून पाणीसाऱ्यान लावतेत, खसपस ऐकू येतीय् का याचा कानोसा घेत ती क्षणभर उभी राह्यली. कुठंच चाहूल दिसेना तेव्हा ज्वारीला वळसा मारून ती फाट्याच्या कडेला आली. अन् दचकून जागच्या जागी खिळून उभी राहिली. तिच्या हातातनं चहाचा तांब्या पडला अन् वरचा पेला घरंगळत फाट्यात गेला. चहा सांडून भुईत जिरून गेला.

समोर मल्हारी पडला होता. सगळीकडे रक्ताचं थारोळं साठलं होतं. मरताना धडपड झाल्यानं खळ्या खांदल्या होत्या. मानेचा कळस ढळला होता. जखमांनी अंग भरून गेलं होतं. क्षणभर तिच्या डोळ्यांपुढे अंधेरी आली. हजारो काजवे चमकले अन् दुसऱ्याच क्षणी तिनं किंकाळी फोडली. हातानं टराटरा चोळी फाडली, लुगड्याचे फाळे काढले अन् मग ती भेसूर हसली खदाखदा! ज्वारीचं रान वेडावून दाखवतंय् म्हणून ती गरागरा फिरली अन् काहीबाही बरळून ती क्षणात रडू लागली तर क्षणात डोकं आपटून घेऊ लागली...

...झाल्या प्रकारानं आजपर्यंत भोगलेल्या प्रसंगानं आगोदरच तिच्या मनावर भयंकर ताण होता त्याचा कळस झाला होता. हे सारं न पेलण्यापलीकडं झालं होतं अन् तिनं कपड्याच्या चिंध्या केल्या होत्या. साऱ्या भावनांच्या पलीकडे ती गेली होती. वस्तीला अन् बंगल्याला खडबडून जाग आली होती. सुर्वंताच्या विचित्र ओरडण्यानं, विकट हसण्यानं अन् वेड्या चाळ्यानं.

धारेराव गंभीर चेहऱ्यानं कुणाकुणाला फोन करत होते. तेजराम अपराध्यासारखा त्यांच्यासमोरच उभा होता. वस्तीवरची माणसं गप होती अन् कपडे फाडत, स्वतःशीच हातवारे करत पुटपुटत सुर्वंता कारखान्याकडं निघाली होती.

वीस

मी शेअर होल्डर नव्हतो. गेटकेनन ऊस देणं भाग होतं म्हणून कारखान्यावर हेलपाटे घालत होतो. आताच शेतकी अधिकाऱ्यांना भेटून कसंतरी करून लौकर तोडणी द्या म्हणून विनवून आलो होतो. मुक्कामाची एस. टी. येईल म्हणून स्टॅन्डवर वाट पाहत उभा होतो. नगरी गाड्यांची बारी लागली होती. ट्रक, ट्रॅक्टर धुरळा उडवत जात-येत होते. मी धुरळ्यात तसाच गाडीची वाट पाहत होतो. तेव्हढ्यात समोरून एक वेडी गेली. गाड्यांकडे पाहून तिनं हातवारे केले. तिचं वय फार नव्हतं. केसाच्या झिंज्या तेल नसल्यानं, धुळीनं माखल्यानं कशातरी झाल्या होत्या. मूळचा चेहरा देखणा, मोहक असावा. अंगावरची लक्तरं लोंबत होती त्यातूनही तिचं तारुण्य ओसंडत होतं अन् तरणी पोरं अधाशी नजरेनं न्याहाळत होती. मी अस्वस्थ झालो. बिचारीवर ह्या कोवळ्या वयात काय आपत्ती कोसळली म्हणून हिच्या डोक्यावर परिणाम झाला? मी अतीव जिज्ञासेनं हिकडंतिकडं चौकशी केली अन् मला समजली ती ही मनाचा थरकाप उडवणारी, एका अबलेची, चरकातून सुटण्याची व्यर्थ धडपड करणारी अन् सगळीकडनं अत्याचार झालेली, एक चांगलं जीवन जगू इच्छिणारी, अन् आपल्या पोराबाळांचं शिक्षण व्हावं, आपण नीट रहावं, स्थिर व्हावं या हेतूनं धडपडणाऱ्याची कहाणी....!!

असं का घडावं? मुळाशी गेलो तर समजलं ते हे भयानक.

हिरवी क्रांती, समाजवाद आणणार म्हणणारे सहकारमहर्षी, कामगारांची बाजू घेऊन ऊर बडवणारे महान कामगार पुढारी.. या कुणाच्या एकाच्याही ध्यानात या कष्टकरी लोकांची पिळवणूक येऊ नये? त्यांच्यासाठी काही करावं असंही मनात येऊ नये?

मी विषण्ण झालो. गाड्यांचा धुरळा उडाला होता. कारखान्याचं प्रचंड धूड ऊस कडाकडा फोडत उभं होतं अन् नगरी मुकाटपणे आपल्या गाडीचा नंबर केव्हा येतोय हे पाहत उभे होते.

◆